பஞ்ச காவிய நிகண்டில் மானிடவியல் உண்மைகள்

வே. நித்திய கல்யாணி

Published by

BONFRING®
Intellectual Integrity

பஞ்ச காவிய நிகண்டில் மானிடவியல் உண்மைகள்

9 789386 176561 >

ISBN 978-93-86176-56-1

Author

வே. நித்திய கல்யாணி

Bonfring

309, 2nd Floor, 5th Street Extension,

Gandhipuram, Coimbatore-641012.

Tamilnadu, India.

E-mail: info@bonfring.org

Website: www.bonfring.org

Phone: 0422-4213231

பார்வதி வெளியீடு எண் - 1
முதலாம் பதிப்பு

நூலைப்பற்றி

நூலின் பெயர்	: பஞ்ச காவிய நிகண்டில் மானிடவியல் உண்மைகள்
ஆசிரியர்	: வே.நித்தியகல்யாணி
வெளியீட்டாளர்	: Bonfring, காந்திபுரம்.
பதிப்பு ஆண்டு	: ஜனவரி, 2017
உரிமை	: பதிப்பகத்திற்கு
அச்சுத்தாள்	: வெள்ளைத்தாள்
நூல்வடிவம்	: 14.8 செ.மீ × 21 செ.மீ
எழுத்துக்கள்	: 12 புள்ளி
மொத்த பக்கங்கள்	: 65
நூல்விலை	: 150 ரூபாய்

பாசமிகு பேராசான், தந்தை திரு.சு.வேணுகோபால்,
சித்த வைத்தியர்
அவர்களுக்குச் சமர்ப்பணம்...

அணிந்துரை

முனைவர் அ.ஜே.அ.ரஞ்சித்சிங்,

முதல்வர்,

ஜெ.பீ. கலை மற்றும் அறிவியல் கல்லூரி,

மனோன்மணியம் சுந்தரனார் பல்கலைக்கழகம்,

திருநெல்வேலி.

அகத்திய மா முனிவரின் படைப்புகளில் பஞ்ச காவிய நிகண்டு பல தனிச்சிறப்புக்களை உடையது. பஞ்ச காவிய நிகண்டில் மானிடவர்க்கம் பற்றிய கருத்துக்களை ஆராய்ந்து பல அரிய உண்மைகளை, சமுக அமைப்பை, ஆண்கள் மற்றும் பெண்களின் மரபியல் அடிப்படையிலான கருத்துக்களை இந்நூல் ஆராய்கின்றது. இந்நூல் ஆசிரியர் இதனை வெளிக்கொணர்ந்திருப்பது மிகவும் பாராட்டத்தக்கது.

பண்டைக்கால தமிழர் தங்களது பயன்பாட்டில் பலவித பழக்க முறைகளை பின்பற்றினர். இவர்கள் பின்பற்றிய பழக்கவழக்கங்களை நுட்பமாக அணுகினால் ஆழமான அறிவியல் உண்மைகள் உள்ளது புலப்படும். இதை இந்நூல் ஆசிரியர் சிறப்பாக வெளிக்கொணர்ந்து உலகரிய செய்துள்ளது மிகவும் பாரட்டத்தக்கது. இந்நூல் இளைய தலைமுறையினருக்குப் பெரிதும் பயன் உடையதாக இருக்கும் என வாழ்த்துகிறேன்.

முன்னுரை

எனது சிறு வயது முதல் எனது தந்தை திரு.சு.வேணுகோபால் அவர்கள் படித்துப் பயன்படுத்திய அகத்திய முனிவரின் பல வைத்திய, மாந்திரீக மற்றும் பிற நூல்கள் என்னை வெகுவாகத் தமிழரின் மருத்துவ அறிவு மீது ஈர்ப்பு ஏற்பட வைத்தது. அதிலும், குறிப்பாக அகத்தியரின் பஞ்ச காவிய நிகண்டு என்னை ஆய்வு செய்யத் தூண்டியது. இந்த ஆயவின் போது எனக்கு வெளிப்பட்ட பல அரிய உண்மைகளை அனைவரும் அறிய வேண்டும் என்ற நோக்கில் இந்நூலை எழுதத் தொடங்கினேன்.

அகத்திய முனிவர் படைத்த ஐந்து காவிய (வாத காவியம், ஞான காவியம், மாந்திரீக காவியம், இலட்சண காவியம் மற்றும் பூரண காவியம்) பனுவல் அல்லது நிகண்டு படைக்கப்பட்டு, அதன் ஓலைச்சுவடி தஞ்சாவூர் சரஸ்வதி மகால் நூலகத்தில் பாதுகாப்பாக உள்ளது. அந்த ஓலைச் சுவடியின் பாடல்களை திரு.ராமச்சந்திரன் மற்றும் முனைவர்.அரங்கராசன் பதிப்பித்திருந்தாலும் அதில் காணப்படும் பல உண்மைகளை யாரும் முழுமையாக ஆய்வு செய்து வெளியிடவில்லை. எனவே, பஞ்ச காவிய நிகண்டின் மாண்பைப் பிரதிபலிக்கும் நிலைக்கண்ணாடியாக இந்த நூல் அமையவேண்டும் என்ற நோக்கில் இந்நூல் ஆராயப்பட்டு, நூலாக்கம் பெற்றுள்ளது. இந்த நூலில் நிகண்டில் கூறப்படும் மனித இனம், ஆண் பெண் வகைகள், சமுக அமைப்பு, உடலின் தோற்றம் மற்றும் மரபியல் வேறுபாடுகள் குறித்துள்ள பல அரிய உண்மைகள் ஆய்வு செய்யப்பட்டுள்ளது. மேலும் அறிவியல் கருத்துக்களின் செறிவூட்டம் இந்நூலில் காணப்படுவதால் அவற்றை ஆய்வு செய்து நவீன தொழில் நுட்பத்தின் துணையுடன் உலகறியச் செய்வதே இந்த நூலின் பிரதான நோக்கமாகும். இந்நூல் தமிழரின் அறிவியல் அறிவினை வெளிப்படுத்தும் நூலாக அமையும் என்பதில் சந்தேகம் இல்லை.

ஆசிரியர் அறிமுகம்

இந்த நூலின் ஆசிரியர் வே.நித்திய கல்யாணி கல்லூரிக் கல்விப்பணியில் ஏழு ஆண்டுகளாகச் செயல்பட்டு வருகின்றார். இவரது சொல் வண்மையால், நாவின் திண்மையால் ஆயிரக்கணக்கான மாணவர்கள் தமிழின் மேன்மையை முறையாக உணர்ந்து, தமிழை உச்சரிக்கும் மாண்பைப் பெற்று வருகின்றனர். இவர் சிறந்த இலக்கியப் பேச்சாளர். இவர் தென்காசி, DMI அருட்சகோதரிகளால் நடத்தப்படும் ஜெ.பீ. கலை மற்றும் அறிவியல் கல்லூரியில் தமிழ்த்துறையில் ஆறு வருடங்களாக பேராசிரியராகப் பணியாற்றி வருகின்றார். சமுக சேவை, நாட்டு நலப்பணி என பல்வேறு நிலைகளில் சிறப்புடன் செயல்பட்டு பல விருதுகளைப் பெற்றுள்ளார். இவரது பேச்சு பல கல்லூரி மாணவ-மாணவிகளை வெகுவாகக் கவர்ந்து, அவர்களை வளர்ச்சியின் பாதையில் நடத்தி வருகிறது. இவர் தமழ்த்துறையில் பட்டப்படிப்பு, பட்ட மேற்படிப்பு, இளம் முனைவர் முனைவர் ஆய்வு செய்தவர். ஆய்வு அமர்வுகளில் தலைமை ஏற்று பலப் புகழ்களை தனக்கென தக்க வைத்துக் கொண்டவர். இந்தியப் பல்கலைக்கழக மானியக்குழு நடத்தும் NET, மாநில அரசு நடத்தும் SET போன்ற தேர்வுகளில் வெற்றி பெற்றவர். இவரது அக வெழுச்சி, தமிழுணர்வு, தமிழரின் தொன்மைக்கு வடிவம் கொடுக்கும் தணியாத் தாகம் போன்றவை அவரது தகப்பனார் திரு.வேணுகோபால் படித்த பல அகத்தியரின் வைத்திய நூலில் இருந்து தூண்டப்பட்டது என்றால் அது மிகையாகாது.

மானிடவர்க்கம்

நிகண்டும் சாதியமும்

சாதி வழி அறியலாகும் ஒழுக்க நெறியும் மரபணு கலப்பின்மையும்

பஞ்ச காவிய நிகண்டில் குறிப்பிடப்படும் சாதி அடிப்படையில் பெண்களின் நிறம்

நான்கு வகைப் பெண்களின் கண்கள் பற்றிய செய்தி

கண் என்னும் சொல்

அகத்தியரின் கண்ணின் பாதுகாப்பு பற்றி குறிப்புக்கள்

பெண்களின் பிரிவுகளும் கண்களின் அமைப்பும்

சங்கினி வகைப் பெண்களின் கண்கள்

சித்தினி வகுப்பு பெண்களின் கண்கள்

அத்தினி வகைப் பெண்களின் கண்கள்

நான்கு சாதிப் பெண்களும் பிற பெயர்களும்

பல்வேறு சாதிக் கருக்களும், கரு மருத்துவமும்

கருவில் சாதி பார்த்தல்

திருமணப் பொருத்தம்

முடிவுகள்

நூல் அறிமுகம்

தமிழ் மொழி மிகவும் தொன்மை வாய்ந்த மொழி. தமிழ்மொழியில் உள்ள நூல்கள் பண்டைக் கால முனிவர்கள், சித்தர்கள், புலவர்கள் மற்றும் அறிவியலாளர்களால் எழுதப்பட்டுள்ளது. தமிழ் சித்தர்களில் முதன்மையானவர் அகத்திய முனிவர். இவர் பொதிகை மலையில் வாழ்ந்து பல அரிய நூல்களை மருத்துவம், மாந்திரீகம் போன்ற தலைப்புகளில் படைத்துள்ளார். இவர் வாழ்ந்த காலம் கி.மு.6 மற்றும் 7-ஆம் நூற்றாண்டு எனக் கூறப்பட்டுள்ளது. அகத்தியர் பல அரிய மருத்துவ, மாந்திரீக நூல்களைப் படைத்திருந்தாலும் அவைகளில் சிறப்பான இடத்தைப் பெறுவது ஐந்து காவியங்கள் ஆகும். ஐந்து காவியங்களாவன, வாத காவியம், பூரண காவியம், ஞான காவியம், மாந்திரீக காவியம் மற்றும் இலட்சண காவியம். இந்த காவியங்களில் பல அரிய சித்த வைத்திய முறைகள், தாவரங்கள், விலங்குகள், உப்புகள், உலோகங்கள், மாந்திரீகம், வசியம், மனிதனின் பிரிவுகள் போன்றவை எடுத்துக் கூறப்பட்டுள்ளது. இந்த காண்டங்களில் வரும் சொல்களின் பன்முகத்தன்மையை தொகுத்து, அச்சொற்கள் குறிப்பிடும் பொருள் பற்றி அறியச் செய்தல் மிகவும் பயன் உடையதாக அமையும் என்பதால் ஐந்து காவியங்களை அடிப்படையாக கொண்டு அமைந்துள்ள பஞ்ச காவிய நிகண்டு என்ற நூல் இந்த ஆய்விற்கு கொள்ளப்பட்டுள்ளது.

நிகண்டு என்ற பதத்திற்கு உரிச்சொல் பனுவல் என்பது பொருள். வட மொழியில் வழக்கில் இருந்த வேதத்திற்கு பொருள் அரிய நிகண்டுகள் எழுதப்பட்டது. அதன்பின் தமிழ் மொழியிலுள்ள பழங்கால நூல்களின் பொருளை அறிய நிகண்டு தோற்றுவிக்கப்பட்டது. சித்தர்கள் மறைமுகமாகக் கூறிய

பொருள்களுக்கான பல்வேறு பெயர்களையும் அறிந்து கொள்ளும் வண்ணம் நிகண்டு எழுதப்பட்டது. நிகண்டு என்பது மறைபொருள்களை வெளிப்படுத்துவதாக அமைக்கப்பட்டுள்ளது. தமிழ் நிகண்டுகளில் திவாகர நிகண்டே முதலில் தோன்றியதாகும். அகத்தியரின் பஞ்ச காவியங்களுக்கான மறைப்பொருளை விளக்குவதாகவும் அகத்தியரின் அறிவின் மாண்பை வெளிக்கொண்டு வருவதாகவும் இந்நிகண்டு அமைந்துள்ளது. பஞ்ச காவிய நிகண்டினை ஆராயும்போது, அகத்தியர் தன் மாணவராகிய புலத்தியரிடம் கூறுவதுபோல் பாடல்கள் அமைந்திருப்பதிலிருந்து இந்த நிகண்டை எழுதியவர் அகத்தியர் கூறுவதுபோல் பாடல்களை அமைத்துள்ளது தெரிய வருகின்றது. அகத்தியர் கூறிய மானிட சாஸ்திரம் மற்றும் இந்நூலில் புதைந்துள்ள பல அரிய அறிவியல் உண்மைகளை வெளிக்கொண்டு வந்து விரிவான நோக்கில் ஆராயும் பொருட்டுஇ இந்நூல் படைக்கப்பட்டுள்ளது.

பஞ்ச காவிய நிகண்டில் இடம்பெற்றுள்ள பாடல்களின் பொருளை வைத்து இந்நூலின் காலம் ஏறத்தாழ கி.பி.14ம் நூற்றாண்டு என ஆய்வாளர்கள் கருதுகின்றனர். இந்த நிகண்டின் மூல வடிவம் ஓலைச்சுவடியாக தஞ்சாவூர் சரஸ்வதி மகால் நூலகத்தின் ஆவணக் காப்பகத்தில் உள்ளது. இந்த நிகண்டில் எட்டு காண்டங்கள் உள்ளது. இந்நூலின் வேறு பெயராக பஞ்ச காவிய நிகண்டு 800 என்ற பெயர் கூறப்பட்டாலும் இடைச்செறுகல்களால் 1060 பாடல்கள் உள்ளதாக ச.அரங்கராசன் குறிப்பிடுகிறார். பஞ்ச காவிய நிகண்டினை 1871 மற்றும் 1894-ல் வே.கந்தசாமி முதலியாரும் 1876-ல் அறுமுகசாமியும் பின்பு 1993-ஆம் ஆண்டு இராமச்சந்திரனும் பதிப்பித்துள்ளனர். அதன்பின் சு.அரங்கராசன் என்பார் 2000-ஆம் ஆண்டு முதல் பதிப்பையும் 2008ம் ஆண்டு இரண்டாம் பதிப்பையும் வெளியிட்டுள்ளார். இந்த பஞ்ச காவிய நிகண்டில் உள்ள பல

அரிய உண்மைகள் இன்றைய அறிவியல் நிலையை மற்றும் மானிடத்தை பிரதிபலிக்கிறது.

இந்த பஞ்ச காவிய நிகண்டு காலத்தால் முற்பட்டாலும் பல அறிவியல் ஆய்வுக்கு அடித்தளம் அமைத்து கொடுக்கிறது. மனித இனம் குறிப்பாக இந்திய துணைக்கண்டம் குறிப்பாக தமிழ் உலகம் வாழ் மானிடரின் உடல் அமைப்பு, நிறம், குணம் மற்றும் அவர்களது மரபு வழி உண்மைகள் இந்த நிகண்டில் கூறப்பட்டுள்ளது. இந்த வியத்தகு மானிட பாகுபாடு (Human race) இன்றைய மரபியல் ஆய்வாளர்கள் குறிப்பாக ஜுனோம் அல்லது ஜீன்களின் சந்ததி அணி வகுப்பு பற்றிய ஆய்விற்கு பல உண்மைகளை வழங்குகிறது. மேலும் பல அறிவியல் கருத்துக்கள் குறிப்பாக தண்டு செல் சிகிட்சை, தண்டு செல் (Stem cell) பயன், கோன் துகள்களின் மருத்துவ தன்மை (Nano medicine) மற்றும் மனித உடலியல் உண்மைகள் பல ஆயிரக்கணக்கான பாடல் வழியால் எடுத்து கூறியிருப்பது இந்த நிகண்டு ஓர் காலப்பெட்டகம் மட்டுமல்ல நவின உலக காலக் கண்ணாடியாகவும் பிரதிபலிக்கிறது. இந்த உண்மைகளை வெளிக்கொணர்ந்து பண்டையத் தமிழரின் அறிவு நுட்பத்தை உலகரிய செய்வதே இந்நூலின் பிரதான நோக்கமாகும்.

இந்த நிகண்டு காட்டும் மானிட உட்பிரிவுகள், மானிட சாதி அமைப்பு மற்றும் சாதி வழியில் வரும் மரபியல் குணங்கள் மிகவும் அற்புதமாக படைக்கப்பட்டுள்ளது. இவற்றை பற்றி இன்றைய இளைஞர்கள், ஆய்வாளர்கள் மிகவும் அறிந்து மரபியல் அதாவது ஜீன் அமைப்பு மனித ஜீனோம் நூலகத்துடன் இந்த குண இயல்பை உற்றுப்பார்த்து அகத்தியரின் மெய் ஞானத்தின் மேன்மையை அறிவது அவசியம்.

எனவே இந்நூலின் ஆசிரியர் பஞ்ச காவிய நிகண்டை முழுமையாக ஆய்வு செய்து அதில் கூறப்பட்டுள்ள உண்மைகளை அறிவியல் கண்ணோட்டத்தில் மானிட சாஸ்திரம் மற்றும் அறிவியல் உண்மைகள் என இரு தலைப்புகளில் இந்நூலில் படைத்துள்ளார்.

S.No	Contents	Page No

பஞ்ச காவிய நிகண்டு காட்டும் மானிட வர்க்கம்

முன்னுரை

மானிட வர்க்கம் பற்றி இறைவன் அருளிய விவிலியத்தின் அடிப்படையில் பார்க்கும்போது **“பல வருடங்களுக்கு முன்பாக அதாவது உலகம் தோன்றிய போது தேவன் தமது சாயலாகவும் தமது ரூபத்தின் படியேயும் மனிதனை உண்டாக்கினார். மனிதனுக்கு ஏற்றத் துணையாக அதாவது ஆதாம் என்ற முதல் மனிதனுக்குத் துணையாக ஏவாள் என்ற பெண்ணைப் படைத்தார்”** (புனித விவிலியம்-ஆதியாகமம் அதிகாரம் 1 வசனம், 27). முதல் மனிதன் மண்ணிலிருந்து படைக்கப்பட்டதாகவும் மனிதனின் விலா எலும்பிலிருந்து மனுஷி படைக்கப்பட்டதாகவும் புனித விவிலியம் கூறுகின்றது.

இவ்வாறு படைக்கப்பட்ட மனிதன் காலப்போக்கில் சந்ததி, சந்ததியாக மாறும்போது பல குண இயல்புகளைச் சூழலின் தாக்கத்தால் பெற்று உருமாற்றம் அடைந்து எண்ணித்திலும் வண்ணத்திலும் தோற்றத்திலும் மாற்றத்திலும் புதுமை அடைந்து மாறுபட்ட அகநிலை மட்டுமல்ல, புறநிலை உடையவனாகவும் மாறி, மனித சாதி அதாவது புரு‘ சாதி உருவாகியது.

இவ்வாறு உருவாகுவதையே பிறவி எனக் கூறுகின்றோம். இந்த மானிடப் பிறவி கருவினைப் பிறழ்ச்சியே என குறிப்பிடப்பட்டுள்ளது. இதனை **“கடவுளை அறியும் நடைமுறை நெறிகள்”** என்ற புத்தகத்தில் ஆசிரியர் கோ.அன்பழகன் (கோ.அன்பழகன், கடவுளை அறியும் நடைமுறை நெறிகள், இறையருள் மன்றம் வெளியீடு, வேலூர்) எடுத்துரைத்துள்ளார்.

பிறப்பு

பிறப்புக்கும்போதே மனிதன் ஆண்-பெண் என பாகுப்படுத்தப்படுகின்றான். ஆணும் பெண்ணும் உடல் அமைப்பு, உள அமைப்பு, புற அமைப்பு எனத் தோற்றத்தில் வேறுபட்டு கலவை உணர்வானது அவர்களுக்கு இதன் விளைவாகத் தோன்றி சந்ததிகள் உருவாக்கப்பட்டது. இந்தப் படைப்பின் உச்சநிலையில் மனிதன் (Homiosapiens) ஆண்-பெண் எனப் பகுக்கப்பட்டாலும் காலச்சூழல், பரிணாம வேறுபாடு, வாழும் சூழல் என்ற அழுத்தத்தினால், உடல் அமைப்பால், உருவத்தால், நிறத்தால், உடலின் வெளிப்புறத் தோற்றத்தால், மரபியல் தன்மையால் அவர்கள் பல இனமாக (Caste) வேறுபட்டுள்ளனர் (History of the Indian Caste System and Its impact on India today, Manali S.Deshpande, California Polytechnic State University, San Luis Obispo, Fall 2010). இக்கருத்தையே பஞ்ச காவிய நிகண்டும் தெரிவிக்கின்றது.

பஞ்ச காவிய நிகண்டு வழி அறியலாகும் சாதிப் பிரிவுகள்

பஞ்ச காவிய நிகண்டில் 22 முதல் 37 வரை உள்ள பாடல்களைக் காணும்போது நான்கு வகையான சாதிப் பிரிவுகள் இருந்துள்ளது என்பது தெளிவாகின்றது. அவையாவன,

1) பிரம்மகுலம்
2) வைசியர் குலம்
3) சத்திரியர் குலம்
4) சூத்திரர் குலம்

என நான்காகப் பகுக்கப்பட்டிருக்கின்றது. மேற்குறிப்பிட்ட கருத்தை உறுதிப்படுத்தும்படி சாதிப் பிரிவுகள் குறித்த இன்றைய பல்வேறு ஆய்வுகளைச் இவ்வாய்வில் காணலாம். உதாரணமாக, இந்தியாவில் சாதியினங்கள் எவ்வாறு தோன்றியது என்பது குறித்து

ஆய்வு செய்தவர்களில் முதன்மையானவர் மணாலி தேஸ்பாண்டே மற்றும் காராடு கொர்போ. தாம் எழுதிய புத்தகத்தில் கூறியிருப்பதாவது,

"The Indian caste system is a classification of people into four hierarchically ranked castes called Varnas (வர்ணம்). They are classified according to occupation and determine access to wealthy power and privilege (Brahmans, Kshatriyas, Vaishyas and Shudras). மேலும்,

"The Brahmans usually priests and scholars are at the top"

"Following the Brahmans are the Kshatriyas or political rulers and soldiers"

"Next are the Vaishyas or merchants. A Vaishya's duty was to ensure the community's prosperity through agriculture, cattle rearing and trade.

"Later the Shudras took over agriculture and cattle rearing while Vaishyas became traders and merchants"

இந்த நான்கு வகைப் பிரிவும் குடும்பத்தில், சமுதாயத்தில் தொழிலின் அடிப்படையில் பிரிக்கப்பட்டனர் என்ற மேற்கூறிய ஆய்வை மற்றொரு ஆய்வாளராகிய ஏ.டேனியல் என்வரின் கூற்றும் உறுதி செய்கின்றது. அவர் நான்கு சாதியும் ஆதிமனிதனாகிய "ரசரளா" என்பவரிலிருந்து தோன்றினர் என்கிறார். இக்கருத்து ரிக் வேத அடிப்படையில் உறுதி செய்யப்பட்டுள்ளது. அவரின் கருத்தாவது,

"The primal man purush destroyed himself to create a human society and different parts of his body created the four different Varnas"

"The Brahmins were from his head

The Kshatriyas from his hands

The Vaishyas from his thighs

and the Shudras from his feet"

"Varna means different shades of texture or color and represents mental temper or Gunas: Sattva, Rajas and Tamas, Sattva is white, Rajasis red and Tamas is black". These in combination of various proportions constitute the group or class of people all over the world with temperamental differences (Lahiri)" (Information on India Caste System the beginning of the Caste System).

மேலும், இவர் சாதிகள் தோன்றுவதற்கான உயிரியல் ஆய்வுக் கருத்தையும் வெளியிட்டுள்ளார். இந்த ஆய்வின்படி இவ்வுலகில் உள்ள எல்லா உயிருள்ள மற்றும் உயிரற்ற பொருட்களும் மூன்று வகையானத் தகுதிகளை பல்வேறு அளவுகளில் இணைத்து (Proportion) சாதியினம் தோன்றியதாகக் கூறுகிறார்.

முதலாவதாக, சத்துவா (Sattva) தகுதிகள் என்பது, அறிவு, தெளிவு, வாய்மை, ஒழுக்கம் (Wisdom, Intelligence, honesty and goodness and other positive qualities).

இரண்டாவதாக, ராஜா (Raja) தகுதிகள் என்பது, ஆர்வம், பெருமை, வீரம், ஆர்வத்தின் பல நிலைகள் (Passion, Pride, Valour and other passionate qualities) வெவ்வேறு அளவுகளில் இணைந்து உருவாக்கப்பட்டுள்ளதாகக் கூறுகின்றார். மூன்றாவதாக, தாமாஸ் (Tamas) தகுதிகள் என்பது, சுறுசுறுப்பின்மை, முட்டாள்தனம், புதிய

கற்பனை ஆற்றல் இன்மை (Dullness, stupidity, lack of creativity and other negative qualities).

ஏ.டேனியல் தனது ஆய்வுக் கட்டுரையில் பிரம்மா என்ற சாதியினர் மேலே கூறிய சத்துவத் தகுதிகளையும் சத்திரியர் மற்றும் வைசியர் இராஜா தகுதிகளையும் மற்றும் சூத்திரர் தாமாஸ் தகுதிகளையும் உடையவர்களாகத் தோன்றியுள்ளனர் என்று கண்டறிந்துள்ளதாகக் கூறியுள்ளார். இந்த இரண்டு தற்கால ஆய்வுகளும் 3000 ஆண்டுகளுக்கு முன்பு எழுதப்பட்ட பஞ்ச காவிய நிகண்டின் சாதியக் கருத்துக்களை உறுதிப்படுகின்றது.

இந்த ஆய்வின்படி ஒரு மனிதன் அல்லது குடும்பத்தில் இருந்தே நான்கு வகையான சாதிகள் தங்களது குடும்பத்தின் தேவைக்கான தொழிலைச் செய்தபோது அது பிற்காலத்தில் சாதியாக மாறியது என்ற இவ்வாய்வின் கருத்தை உறுதி செய்கின்றது. மேலும் இதற்கு ஆதாரமாக அ.தானியேல் (Aharon Daniel) என்பவரது ஆய்வு நூலானது,

"The Elephant and Dragons: The Rise of India and China and what means for all of US – Aharon Daniel, 2005 (The beginning of the caste system – http:// adaniel.tripod.com/origin.htm). மேலும், பஞ்ச காவிய நிகண்டில் கூறப்பட்ட சாதியினை இன்றைய மரபியல் ஆய்வும் (புநநெள ளவரனல) உறுதிப்படுத்துகின்றது.

Tiaghose, 2013 (Genetic study reveals orgin of India's caste system– http://www.lives science.com/38751–Genetic study–castesystem–orgins. html) என்பவரது ஆய்வின்படி "Hindus in India have historically been born into one of four major castes, with myriad subdivisions within each caste". மேலும் இவர் இந்தியாவின் மனித மரபியல் ஆய்வின்படி சாதி அமைப்பு 3000-3500 ஆண்டுகளுக்கு முன்பு நிலைப்

பெற்றாலும் 2 மில்லியன் வருடங்களுக்கு முன்பே அதன் தோற்றம் துவங்கியுள்ளது என்கிறார். மேலும், இன்றைய மனிதனின் மரபாய்வு (DNA) இதை உறுதிப்படுத்தியுள்ளதால் நிகண்டு கூறும் மனித சாதி தமிழகத்தில் ஒரு குடும்பத்திலிருந்து தான் தோன்றியது என உறுதி செய்யலாம்.

நான்கு வகை ஆண் சாதிகள்

தமிழகத்தில் மட்டும் 429 வகையின சாதியினர் வாழ்ந்தனர், வாழ்கின்றனர் என்பது உண்மை. ஒரே பகுதியில் பலவித சாதியினர் வெவ்வேறு உடல் அமைப்புடன் இன்றும் வாழ்கின்றனர்.

ஆனால் இந்த வேறுபாடு தோன்றக் காரணம் என்ன என்பதற்கான காரணம் இயல்-4-ல் கூறப்பட்டுள்ளது குறிப்பிடத்தக்கது.

ஆனால் அகத்தியர் நான்கு வகை ஆண் சாதிகளையும் அவர்களின் ஒவ்வொரு வகைக்கும் எட்டுப் பெயர்களையும் கூறி அப்பெயர்களால் அவர்கள் அடையாளம் காணப்பட்டார்கள் என்பது பஞ்ச காவிய நிகண்டில் தெளிவாகக் கூறப்பட்டுள்ளது.

கொக்கோக முனிவர் புருசசாதியின் நான்கு வகையினரும் தங்களது திருமணத்தின்போது தங்களுக்குப் பொருத்தமான இனப் பெண்ணையே திருமணம் செய்வது நல்லது எனக் கூறுகின்றார்.

ஆண் சாதி	இணைய பொருத்தமானப் பெண்சாதி
முயல் சாதி ஆண்	பத்மினி
மான் சாதி	சித்தினி
விரு'ப சாதி	சங்கினி
குதிரை ∴ அசுவ சாதி	அத்தினி

(கொக்கோகம், பக்கம் 58)

இந்த நான்கு வகை ஆண் சாதியினரும் தமிழகத்தில் வாழ்ந்தனர் என்பதை,

"சித்தியென்ற ஆண்சாதி நாலுண்டு கேளு
செப்புகிறோம் புலத்தியனே, அந்தெண்ணூறில்
வித்தியெனும், விதவஸ்தச் சுபசாதி யென்றும் பேரு
விவேக முள்ள, பயிர்பதி சாதி யென்றும் பேரு
கத்தியெனும் சாம சாதி யென்றும் பேரு
சைத்தன்யப்பிரகாச சாதியென்றும் பேரு
முக்தியெனு மாண்சாதி நான்கின் பெயர்கள்
முக்கியமாய், சொல்லிவிட்டோம், ஆண் சாதி நாலே"

(பஞ்ச காவிய நிகண்டு, பாடல் 941)

என்ற பாடலில் நான்கு வகை ஆண் சாதியினருக்குப் பல்வேறு பெயர்கள் இருந்தது என்பதை விளக்கிக் கூறுகின்றார் அகத்தியர்.

நான்கு வகை ஆண் சாதிகளுக்கான காரணங்கள்

இறைவன் ஆணையும் அவனுக்கு ஏற்றத் துணையாகப் பெண்ணையும் படைத்து மனிதனின் தனிமை உணர்வைப் போக்கி இல்லறம் என்னும் நல்லற உறவை ஏற்படுத்தினார். இறைவன் மனிதனை மட்டுமல்ல மிகச்சிறிய உயிரினமான பாக்டீரியா, ஒரு செல் உயிரினம், பல செல் உயிரினம் என எல்லா உயிரினங்களையும் பல்கிப் பெருகச் செய்தார். அவற்றுள் ஆறறிவு உயிரினமாகிய ஆண் பெண்ணையும் படைத்து அவ்விருவருக்கும் சந்ததியைப் பெருக்கும் வளத்தை அளித்தார். அவர்கள் பல மாறுபட்ட உடலமைப்பினைப் பெற்று அந்த உடற்கட்டின், வண்ணத்தின், தொழிலின் அடிப்படையில் பலவகை இனமாக, சாதியாகப் பாகுப்படுத்தப்பட்டனர். பஞ்ச காவிய நிகண்டில்

ஆணினத்தில் நான்கு வகைப் பிரிவுகள் அதாவது நான்கு வகைச் சாதிகள் பகுக்கப்பட்டுள்ளன. பிறப்பில் ஒன்றாகி, பின் வளர்ப்பில் நான்காக மாறுகின்றனர். இந்த சாதிப் பிரிவு எப்போது தோன்றியது என்பதை ஆய்வு செய்யும்போது அதற்கு பல ஆயிரம் ஆண்டுகள் வரலாறு உள்ளது என்பது தெளிவாகின்றது.

நான்கு வகை ஆண் சாதிகளின் உட்பிரிவுகள்

நான்கு வகை மனித சாதியினர் பல உட்பிரிவுகளாகப் பிற்காலத்தில் தோன்றி, முன்பு கூறியது போல 400-க்கும் மேற்பட்ட சாதியினங்கள் தோன்றியிருக்கக்கூடும். இதனைச் சித்தர்களின் கூற்றால் அறியலாம். நான்கு வகைச் சாதிகள் தோன்ற அடிப்படையாக அமைந்த குடும்பம் என்ற உறவைப் பற்றி சித்தருக்கெல்லாம் சித்தராகிய அகத்தியர் கூறும் கருத்துக்கள் இங்கு விளக்கப்படுகின்றது.

குடும்ப உறவு மேம்பட வேண்டுமென்றால் ஆண்-பெண் இணைந்து இசைந்து வாழ வேண்டும். அவ்வாறு வாழ வேண்டுமென்றால் பொருத்தமுள்ள ஆண், பெண்தான் திருமண உறவை ஏற்படுத்த வேண்டும் என்பதை தெளிவுறுத்தவே ஆண் மற்றும் பெண்ணின் இன வகைகள் அன்று நடைமுறையில் இருந்துள்ளது என்பது பஞ்ச காவிய நிகண்டு வழி தெளிவாகின்றது.

அகத்தியர் காலத்தில் பொருத்தம் பார்த்து குடும்ப உறவுகள் ஏற்பட்டிருக்கலாம் என்பதற்கு சான்றாக, நான்கு வகை சாதி ஆண்களும் பெண்களும் அமைந்திருப்பதைக் கூறலாம். அந்தக் காலக்கட்டத்தில் கணவன் மனைவியிடையே அன்பு மேலோங்கி, பிரிவினைகள் கீழோங்கி நின்று தமிழ்ச்சமூகம் உலகிற்கெல்லாம் முன்னோடியாக இருந்துள்ளது.

அகத்தியர் நான்கு வகை ஆண் சாதிகளையும் அவர்களின் ஒவ்வொரு வகைக்கும் எட்டுப் பெயர்களையும் கூறி அப்பெயர்களால் அவர்கள் அடையாளம் காணப்பட்டார்கள் என்று பஞ்ச காவிய நிகண்டில் தெளிவாகக் கூறியுள்ளார்.

வரிசை எண்.	அதீத சுகசாதி	பயரபதி சாதி	சாமசாதி	சைதன்ய பிரகாச சாதி
1.	பிரமேக	பரிதமுயல்	சுரோதம்	மருழோத
2.	தீபநாதம்	வீரபோகம்	முயல்காம	திருப்புவன
3.	மதிநில	மறவ	நிதம்பசலை	அவைமா
4.	உபசாந்த	பரிமள	கனபேதம்	நாதம்
5.	பதிபால	விநோத	தன்வடபுகழ்	மெஞ்ஞான உபதேசம்
6.	குமணதனு	பாங்கிவிம்ப	நிப்பான	கண்ணாத
7.	தவபோத	பதமோதக	நிகழ்	சிகரந்த
8.	அத்தசுக	விகளோங்க	திசனித	விந்துவாதிநாதி

(பஞ்ச காவிய நிகண்டு பாடல்கள் 941-947)

பஞ்ச காவிய நிகண்டு கூறும் நான்கு வகை ஆண் சாதிகளும் கொக்கோக முனிவர் கூறும் நான்கு வகை ஆண் சாதிகளும் ஓர் ஒப்பீடு

பஞ்ச காவிய நிகண்டில் நான்கு வகை ஆண் வர்க்கம் பற்றியும் அவர்களின் வேறு பெயர்கள் பற்றியும் மட்டுமே குறிப்பிடப்பட்டுள்ளது. ஆனால் அதன்பின் வந்த கொக்கோகத்தில் நான்கு வகை ஆண்களின் இலக்கணங்களும் கூறப்பட்டுள்ளது.

நான்கு சாதி ஆண்களும், நான்கு சாதி பெண்களும் உண்டு என்று அகத்தியர் தம் பாடல் வழி தெளிவுப்படுத்துகின்றார். நான்கு சாதி ஆண்களாவன,

1) முயல்சாதி
2) மான்சாதி

3) விருஷப சாதி

4) குதிரை அல்லது அசுவ சாதி

என்பனவாகும்.

இத்தகைய சாதியைச் சார்ந்த ஆண்களின் இலக்கணத்தை அறிவதும் இங்கு அவசியமாகியுள்ளது. பிரிவுகளையும் அவர்களின் நிறங்களையும் மட்டுமே குறிப்பிட்டுச் சென்ற அகத்தியர் அவர்களின் குணப்பண்புகளைச் சொல்லாமல் விட்டதன் காரணம் தெரியவில்லை. எனவே அகத்தியருக்கு பின்பு வாழ்ந்த கொக்கோக முனிவரின் நான்கு வகை ஆண்களுக்கு உரிய இலக்கணங்கள் இங்கு வரிசைப்படுத்தப்பட்டுள்ளன.

முயல்சாதி ஆண்கள்

முயல்சாதி ஆண்கள் அதிக உயரமாகவோ, அதிகக் குட்டையாகவோ இருக்க மாட்டான் சுந்தரமான முகத்தை உடையவன். பரிசுத்த முடையவன், ஞானோபதேசஞ் செய்த குருவினிடத்திலும் தன்னைப் பெற்றெடுத்து வளர்த்த தாய் தந்தையரிடத்திலும் அத்தியந்த பக்தியுடையவன், பக்திமான்களுடன் எப்பொதும் கூடிக் குலாவுபவன், கடவுளுடைய குணவிநோத சரித்திரத்தை மிக ஆவலுடன் கேட்கப் பிரியமுள்ளவன், ஏகதார விரதன், பெருந்தோரனைப் பேச்சுடையவன், நல்லொழுக்கமும் சாந்தமும் உடையவன்.

நேர்த்தியான தலை மயிருடையவன், உண்மையுள்ளவன், எல்லா நற்குணமும் பொருந்தியவன், தணிந்த குரலுடையவன், நல்ல சுபாவமுடையவன், மிருதுவான தேகத்தை உடையவன், சிவந்த கண்களை உடையவன், உருண்டையான முகத்தை உடையவன் என்பதனை

(கொக்கோகம், பக்கம் 39),

"செய்ய வரியாய் கண்ணானைச்

சிறந்த வெண்பல் சிறியானை

மைதீர் மதிபோன் முகத்தானை

வனச மலர்போற் கரத்தானை

துய்ய வாய்மை யுடையானைத்

துலங்கிய பருத்த கழுத்தானை

வெய்ய வடிசி லற்பமதா

விரும்பி நுகரும் வேட்கையானை

புனித வொழுக்க முடையானைப்

புல்லு மற்ப புணர்ச்சியானை

தனிசேர் மலரி ஈறுமணம்போ

னாறுந் தாது முடையானை

யினிதி னாறு விரனீள

மெடுத்த கோச முடையானை

மனிதர் தம்மின் முயற்சாதி

யிவவே யென்னு மதனூலே"

(கொக்கோகம், பக்கம். 38)

என்ற பாடலில் முயல்சாதி ஆண்களின் இலக்கணத்தைக் கூறுகின்றார் கொக்கோக முனிவர்.

மான் சாதி ஆண்கள்

மான் சாதி ஆண்களின் இலக்கணமாக கொக்கோக முனிவர், குளிர்ந்த தேகத்தை உடையவன், ஆகாயத்தைப் போல விசாலமான மார்பும் புன்சிரிப்போடு கூடிய உதடுமுடையவன். குதித்துக் கொண்டு போகும் நடையுடையவன், ஏராளமாய்ச் சாப்பிடுகிறவன், தேக

பலமுடையவன், கடவுளைக் குறித்துப் பேச ஆசையுள்ளவன், அல்லும் பகலும் பாட்டிலேயே விருப்பமுள்ளவன், தேவதைகளுக்கு ஊழியஞ்செய்து கொண்டிருப்பவன், விருந்தினருக்கு அன்னம் அளிப்பவன், தாய் தந்தையர்களையும் அந்தணர்களையும் மனப்பூர்வமாகப் பூஜிப்பவன் என்று விளம்புகின்றார் கொக்கோக முனிவர். இதற்குப் பாடல் குறிப்பிடப்படவில்லை (கொக்கோகம், பக்கம் 40).

விருஷப சாதி ஆண்கள்

விரு'ப சாதி ஆண்களின் இலக்கணமாக கொக்கோக முனிவர், சிறிய காலுள்ளவன், நீண்ட நாக்குள்ளவன், பாக்கு வாசனையுள்ள தேகத்தை உடையவன், பலமான பருத்த சரீரத்தை உடையவன், பெண்களை அடிக்கடிப் பார்க்க அதிகப் பிரியமுடையவன், வெட்க மற்றவன்,ஈசுவர பக்தி சிறிதேனும் இல்லாதவன், பாபச் செயல்களை எப்போதும் செய்து பழகுபவன், மோக விரகத்தினால் அடிபட்டவன், மன உற்சாகத்தைத் தெரிவிக்கிற கண்களையுடையவன், அழகான நிறமுடையவன், மலர்ந்த முகமும் அக மகிழ்ச்சியும் உடையவன். நன்றாய் அமைக்கப்பட்ட தேகத்தை உடையவன் என்பதனை,

நெற்றி யகன்று தலையுயர்ந்து
நெடிதா யதரம் பருத்தானை
துற்றுப் பருத்த செவியானைத்
துலங்கிப் பருத்த கழுத்தானை
மற்றைக் கமடம் போலுயர்ந்து
வட்ட மான வயிற்றானைப்
பெற்ற தூல வுடலானைப்
பெருத்துப் பணைத்த புயத்தானை

சேர்ந்த வரிபாய் கண்ணானைச்

செய்ய வகங்கை யுடையானைச்

சாந்தமான குணத்தானை

தந்தா வளத்தி நடையானை

மாந்த ரிடத்திற் பொறையானை

மழைபோல் வழங்கும் கொடையானைப்

பாந்தள் போலத் துயில்யானைப்

பகரிற் பொறாத பசியானை

ஒழுகுந் தாது சுண்ணாம்பி

னுவர்ப்பு நாற்ற முடையானைப்

பழகுங் கபமே லிட்டிருக்கம்

பண்பி னானைப் பருவிரல்க

ளெழுது கணக்கி லொன்பதென

வெடுத்த கோச முடையானை

முழுது மிடபச் சாதியென

மூன்னூ லெல்லா மொழிந்திடுமே

(கொக்கோகம், பக்கம் 42)

என்று வரிசைப்படுத்துகின்றார் கொக்கோக முனிவர் (கொக்கோகம், பக்கம் 43).

அசுவ சாதி ஆண்கள்

அசுவ சாதி ஆண்களின் இலக்கணமாக கொக்கோக முனிவர் கறுத்த மேனியன், தெய்வபக்தி இல்லாதவன், தூங்கவே மாட்டான், அப்படித் தூங்கினாலும் சிறிது நேரமே தூங்குவான், வேகநடை உடையவன், கொழுத்த சரீரத்தை உடையவன், காமவிகாரத்தாலும் லீலையாலும் அழிந்து போனவன், கெட்ட காரியங்களைச்

செய்பவன், கோபமுள்ளவன்,ஈசுவரனைத் தியானமே செய்யாதவன், அழகுள்ளவளோ, அவலட்சண உள்ளவளோ, மெலிந்த தேகத்தை உடையவளோ, அலுத்த சரீரத்தை உடையவளோ, மேலான சாதியோ, கீழான சாதியோ என்ற சாதி பெண்களானாலும் அவளோடு கூடித் திருப்தி அடைவான் என்பதனை,

செவியு முகமு மணி மிடறுஞ்
செய்ய விதழும் வெண்பல்லும்
புவியி னொல்கி நீண்டிருக்கும்
பொற்பி னானை மிகநீண்டு
கவியு மயிர்க ளுடையானைக்
கபட மிகுந்த மனத்தானைச்
சவியொன் றின்றி விரனகங்க
டாள்க ணீண்ட தரத்தானை

உறக்கம் பெரிது முடையானை
யுருண்ட வட்ட விழியானைப்
பிறக்குந் தாது முடநாறிப்
பெருத்து வடியுந் தரத்தானை
நிறக்குங் கோசம் பன்னிரண்டு
விரலி நீள முடையானைச்
சிறக்குங் குதிரைச் சாதியெனத்
தேர்ந்த புலவர் செப்புவரால்

உத்தம குணங்க ளாயி
னுயர்விர னாலைந் தாறா
மத்திம குணங்க ளேழெட்
டொன்பதாய் வகுக்குங் காலைப்
பத்துட னொன்றி ரண்டாம்

பண்பிலா குணங்க ளாயி

னித்துணைக் குறியி னீள

மென்றனர் நூல்வல் லோரே

இப்படிப் பிரித்துச் சொன்ன

விலக்கணங் கலந்து வந்தா

லெப்படி யென்ன வேண்டா

மேற்றமா மிலக்க ணந்தான்

மைப்படி கண்ணி னாரை

மைந்தரைக் குறித்து நோக்கி

தப்பற விசாரித் தின்ன

சாதியென் றறிந்து கொள்ளே

(கொக்கோகம், பக்கங்கள் 43-45)

என்று விளக்குகின்றார் கொக்கோக முனிவர்.

அகத்திய முனிவரின் வழிவந்தவர்கள் தெரிவிக்கும் மனித இலக்கணமும் பல ஆண்டுகளுக்கு முன்பே தமிழர்களிடம் சாதிப்பிரிவுகள் இருந்தது என்பதை உறுதிப்படுத்துகின்றது.

நிகண்டு அடையாளப்படுத்தும் பெண் இன வேறுபாடுகள்

இறைவன் மனித இனத்தை படைக்கம்பொழுது ஆணையும் பெண்ணையும் படைத்தார். இவ்விருவரிலும் பெண் பூவைப் போன்று மென்மை உடையவளாய், அழகு நிறைந்தவளாய், ஆணிடமிருந்து வேறுபட்ட உடலமைப்பு, உடல்நிறம், உடல் உறுப்புடைமை மற்றும் நளினம் போன்ற பண்புகளை உடையவளாய் படைக்கப்பட்டாள். அப்பண்பே அவளை ஆண்களிடமிருந்து வேறுபடுத்திக் காட்டியது. பெண்களின் மேன்மையை உணர பல பெண் தெய்வங்கள் (புழனனநளள) தோன்றின. மக்கள் பெண்கள் என்ற அமைப்பின் வழியாக மகிழ்ச்சியாக வாழ வழிசெய்யப்பட்டது. பெண்ணை

அனைத்து இலக்கியங்களும் அழகுதேவதை, ஒளியுடையாள், இல்லாமையைப் போக்கும் இல்லாள், மனையாள் எனப் போற்றுகின்றது. அதுமட்டுமல்லாமல் இயற்கையின் வனப்பிற்கெல்லாம் பெண்பால் பெயர்களை வைத்து பெண்களின் பெருமையை தமிழ்ச்சமுதாயம் நிரூபித்துள்ளது.

பெண்கள் ஒரே தன்மையுடன் படைக்கப்பட்டாலும் அந்தக் காலக்கட்டங்களில் நிலவிய தொழில் மற்றும் பல்வேறு மரபியல் சார்ந்த காரணங்களால் உருவத்திலும், உடலமைப்பிலும், நிறத்திலும், தோற்றத்திலும் பெண் வேறுபட்டாள். பெண்களின் தோற்றம் மற்றும் குணாதிசியங்களை வைத்து பெண்களில் பல பிரிவினர் இருந்தனர் என்பதை பஞ்ச காவிய நிகண்டு நமக்கு தெளிவாக்குகின்றது.

மனிதரின் நிற வேறுபாடும், பரிணாமக் கொள்கையும்

கும்பமுனியாகிய அகத்தியர் வாழ்ந்த காலத்திலேயே சாதியம் இருந்தது என்பதற்கு பஞ்ச காவிய நிகண்டின் செய்திகள் சான்றாதாரமாக அமைகின்றது.

இன்றைய நவீன, விஞ்ஞான அடிப்படையில் மரபியல் தன்மைகளை ஆய்வு செய்யும்போது வெவ்வேறு மரபியல் குணங்கள் (புநநெ) ஒவ்வொரு சாதியினருக்கும் வெவ்வேறாகக் காணப்படுவதை அறியலாம்.

கணவன்-மனைவி-மக்கள் எனப் படைக்கப்பட்ட ஒரே குடும்ப அமைப்பிலிருந்து சந்ததிகள் உருவாகும்போது பெற்றோர் வெற்வேறு பணிகளைத் தம் குழந்தைகளுக்குப் பணித்து, அதன் அடிப்படையில் அப்பணியே பிற குடும்ப உறுப்பினர்களின் பண்புகளிலிருந்து இவர்களை வேறுபடுத்தி பரிணாமம் பெற்று சாதியம் தோன்றியிருக்கலாம்.

முதல் மகன் செல்லமாக முதன்முதலாகக் குடும்பத்தில் பிறந்த காரணத்தால் அவன் வெளிநிலையில் பெற்றோரால் அனுப்பப்படாமல் வீட்டிற்குள்ளிருந்தே இறைவனைத் தேடி குடும்பத்தின் தேவைகைளை இறைவனிடமிருந்து பெற பணிக்கப்பட்டிருக்க வேண்டும். இவ்வாறு வெளியுலகம் செல்லாமல் வீட்டிற்குள்ளேயே பெற்றோர் மற்றும் இறைவனிடமே இவன் தொடர்பு உடையவனாக இருந்ததால் இவன் மீது வெயில்படவில்லை. கடின உடல் உழைப்பு இல்லாததால் உடல் தன்மையும் வேறுபட்டிருக்கலாம். இத்தகைய காரணங்களால் பல தலைமுறைகளில் மற்ற குடும்ப உறுப்பினரிடமிருந்து இவன் மாறுபட்ட தோற்றம் உடையவனாக மாறியிருக்கலாம்.

பரிணாமக் கொள்கையைப் படைத்த லெம்மார்க் கூறுகிறார்,“எந்த ஓர் குணாதிசயம் ஓர் உயிரினத்தின் வாழ்வில் இடைநிலையில் ஏற்படின் அது பின்பு மரபியல் மாற்றம் பெற்றும் மரபியல் தன்மையைத் தீர்மானிக்கும் குணமாக மாறுகின்றது. இப்படித்தான் வீட்டிற்குள்ளேயே இருக்க வைத்த, இறைவனிடம் மட்டும் அதிக தொடர்புடன் இருந்த மூத்த குமாரனைப் பார்த்து அக்குடும்பத்தில் எஞ்சியவர்கள் இந்த மூத்தவன் இறைவனிடமிருந்து நமக்கு நன்மையைப் பெற்றுத் தராமல் போய்விடுவானோ என அஞ்சி வாழ்ந்ததால் மூத்தவன் வழிவந்தவர் முற்றிலும் நிறம், மனநிலை, பழக்கவழக்கங்கள், உடலமைப்பு மாறுபட்டு, அந்த மாறுதல்களே சந்ததி சந்ததியாகப் பரிணாமம் பெற்றதால் அந்த மூத்தவர் வழி வந்தவர்களெல்லாம் பிரும்ம குலத்தைச் சார்ந்த ஆண் என்பது நவீன கருத்தாகும். அதே குடும்பத்தில் மூத்தவனுக்குப் பின் வந்தவர்கள் குடும்பத்தின் தேவைகளைப் பூர்த்தி செய்ய வீட்டின் வெளியே சென்று பல்வேறு பணிகளைச் செய்யப் பணிக்கப்

பெற்றதால் அவர்கள் சத்திரியகுலம், வைசியர் குலம் மற்றும் சூத்திரர் குலத்தைச் சார்ந்தவர்களாக மாறியிருக்கலாம்.

அகத்தியர் நான்கு வகை சாதியினர் இருந்தனர் என்று குறிப்பிடுவதிலிருந்து மனித அமைப்பில் உட்பிரிவுகள் பல ஆண்டுகளுக்கு முன்பே தோன்றியிருக்கின்றது என்பதை பஞ்ச காவிய நிகண்டு வழி அறிய முடிகின்றது. பெண்களைப் பற்றி பஞ்ச காவிய நிகண்டில் கூறப்படும் கருத்துக்களும், ஆண் வர்க்கத்தில் முற்பகுதியில் கூறப்பட்டுள்ள கருத்துக்களும் சாதி இன அமைப்புக்களை உறுதிப்படுத்துவதாக அமைகின்றது. இந்த நான்கு வகை குணமுடைய ஆண்மகனின் குடும்பத்தில் தோன்றிய பெண்களும் நான்கு பிரிவுகளாகப் பிரிக்கப்பட்டுள்ளனர் என்பதை கீழ்க்காணும் பஞ்ச காவிய நிகண்டு பாடல் சுட்டுகின்றது.

பெறுவதற்குப் பெண்ணினுட சாதி நாலும்

பிரித்து நாலாம், ஒவ்வொன்றாய்ப் பேசக்கேளு

அறுவதற்கு, அத்தினிதான் பிரும்ம குலமாகும்

அடவான, சங்கினிதான் சத்திரிய குலமாகும்

அறுவதற்கு வைசியத்தி சித்தினி தானாகும்

வசனித்தோம், பத்மினி தான் சூத்திர குலமாகும்

நறுவதற்கு, நால்சாதி குலமே சொன்னோம்

நவிலுவோம், நாவினுட வர்ணங்காணே

(பஞ்ச காவிய நிகண்டு, பாடல் 265)

என்ற பாடல் நான்கு வகைப் பெண்கள் இருந்தனர் என்பதைத் தெளிவுறுத்துகின்றது.

பஞ்ச காவிய நிகண்டு கூறும் நான்கு இனப் பெண்கள்

பெண்களை உடல் அமைப்பாலும் அவர்களின் நிறத்தாலும் நான்கு பிரிவுகளாகப் பிரித்துள்ளார் அகத்தியர். அப்பிரிவுகளாவன,

அத்தினி	-	பிரும்ம குலப் பெண்
சங்கினி	-	சத்திரியக் குலப் பெண்
சித்தினி	-	வைசிய குலப் பெண்
பத்மினி	-	சூத்திரக் குலப் பெண்

இந்த நான்கு வகைப் பெண்களின் பெயர்களும் 'னி' என்ற எழுத்தில் முடிவதால் இந்நால்வரும் ஓர் இனத்திலிருந்துதான் பிரிந்துள்ளார்கள் என்பதை உறுதிப்படுத்த வாய்ப்பு ஏற்படுகின்றது. இப்பெண்களின் பிரிவுகளை வைத்தே கருவில் கூட சாதி பார்த்துள்ளனர் என்பது அறியப்படுகின்றது.

கருவும் சாதியும்

கருவில் முதல் தரம் எனக் கருதப்படுவது பிரும்ம குலமாகும். பிரும்ம குலத்தைச் சார்ந்த பெண்ணின் கருவால் வசியம், யோகம் போன்ற உயர்ந்த சித்துக்களைச் செய்யலாம் என்பதை,

"அடலான நாற்சாதிக் கருவைக்கேளு
அருளினார் முன்னோர்கள், மறைத்த சூட்சம்
பிடவான பிரம்ம குல கருவெடுத்தால்
பல வசிய யோக சக்தி பிண்டத்தாலே
மடலான மாது ஈன்ற தலைச்சனாலே
மாற்று நாற்பத்தெட்டாம் தலைச்சனாகும்
எடவான, சத்திரிய குலத்தில் மாது
விடைச்சனையயா, அவளீன்ற விடைச்சனாமே"

(பஞ்ச காவிய நிகண்டு, பாடல் 22)

என்ற பாடல் வழி தெளிவுறுத்துகின்றார் அகத்தியர்.

பஞ்ச காவிய நிகண்டு கூறும் நான்கு வகைப் பெண்களை பிற நூல் குறிப்புகளுடன் ஒப்பிடுதல்

காலம் என்பது ஒரு சக்கரம். இக்காலத்தை தங்கள் வழக்கம் என்ற தன்மையால் சுழலச் செய்கின்றனர். அவ்வாறு செய்வதால் தான் காலமானது மாறுகின்றது. இப்படி மாறிவரும் காலத்தின் போக்கிலே பெரிய வித்தியாசங்கள் ஏற்படுகின்றன. இதனால் முற்காலத்திற்கும் இக்காலத்திற்கும் இப்பொழுதிற்கும் மக்களுக்கும் அவர்தம் செயல்களுக்கும் பெரிய வித்தியாசம் அமைகின்றது. இவ்வாறு காலம் மாறினாலும் முன்னோர்களின் தன்மை, அவர்களது ஞானம், விவேகம், திறமை மற்றும் படைப்புக்கள் போன்றவை காலத்தால் அழியாது உள்ளது.

அதே போல் அகத்தியரின் பஞ்ச காவிய நிகண்டில் பல மருத்துவச் செய்திகள் இடம்பெற்றாலும், அதனிலும் குறிப்பாக, மனித இனத்தின் உடல் அமைப்பு, அதன் அடிப்படையில் அமையப்பெற்ற இல்லற வாழ்வு, நோயற்ற வாழ்வு என்ற கருத்துக்களின் அடிப்படையில் அமைந்திருந்தாலும் மனித வாழ்வின் அச்சாணியாகக் கருதப்படுகின்ற இல்லற வாழ்க்கையைப் பற்றிக் கூறுவது இன்றும் ஏற்புடையதாக இருப்பது வியப்பாக உள்ளது.

சாதி வகை

அகத்தியரின் பஞ்ச காவிய நிகண்டு வழியாக நான்கு சாதிப் புருசர்களும் நான்கு சாதிப் பெண்களும் இருந்துள்ளனர் என்பதும் அவர்களின் அமைப்பு அடிப்படையில் பல உட்பிரிவுகளும் இருந்தது என்பதைப் பார்த்தோம். இதே கருத்தை கொக்கோக முனிவரும் (கொக்கோகம், கே.ஏ.மதுரை முதலியார், சண்முக புத்தக சாலை, சென்னை, பக்கம் 386) கூறியுள்ளார்.

அகத்தியர் தனது பஞ்ச காவிய நிகண்டில் நான்கு வகை புருசர்களும் நான்கு சாதிப் பெண்களும் இருந்தனர் எனக் கூறுகின்றார். முதலாவது முயல்சாதி, இரண்டாவது மான்சாதி, மூன்றாவது விரு'ப சாதி, நான்காவது குதிரை அல்லது அசுவசாதி. மேலே கூறிய நான்கு சாதி புருசர்களும் நான்கு வகையானக் குணாதிசயங்களைப் பெற்றிருந்தனர்.

இதே போல் பெண்களிலும் பத்மினி, சித்தினி, சங்கினி, ஹஸ்தினி என்ற நான்கு சாதிகள் இருந்தனர் என்று அகத்தியர் கூறுவதைப்போல கொக்கோக முனிவரும் கூறுகின்றார். அகத்தியரின் பஞ்ச காவிய நிகண்டிலும் நான்கு வகை சாதிப் பெண்களின் பிரிவு இருந்தது என்பதை பாடல் 265 கூறுகின்றது.

இந்த இரு நூலையும் ஒப்பிடும்போது அத்தினி வகைப் பெண்ணுக்கு கொக்கோக முனிவர் ஹஸ்தினி வகை எனக் குறிப்பிட்டுள்ளார். மேலும், அகத்தியரின் பஞ்ச காவிய நிகண்டில் இந்த நான்கு வகைப் பெண்களின் முக்கியத்துவ நிலையின் அடிப்படையில் கீழ்க்கண்டபடி வரிசைப்படுத்தப்பட்டுள்ளனர். அவையே, அத்தினி, சங்கினி, சித்தினி, பத்மினி என்பதாகும். ஆனால் இவ்வகைப் பெண்களைப் பற்றிக் கொக்கோக முனிவர் கூறும்போது முன்னால் சொல்லப்பட்டப் பெண்களைவிட பின்னால் சொல்லப்பட்டப் பெண்கள் குணவமைப்பில் குறைவுடையவர்கள ஆகவே இருப்பர் (கொக்கோகம், கே.ஏ.மதுரை முதலியார், 'ண்முகானந்த புத்தக சாலை, சென்னை, பக்கம் 47).

ஆனால் அகத்தியரின் பஞ்ச காவிய நிகண்டில் பத்மினி வகைப் பெண்தான் கடைசியாக வரிசைப்படுத்தபட்டுள்ளாள். இவள் சூத்திர குலப் பெண் என்பதால் இறுதியாக வரிசைப்படுத்தப்பட்டுள்ளாள். அகத்தியரின் காலத்தில் ஆரியர்களின் வருகையினாலும்

செல்வாக்கினாலும் ஆரிய குலப் பெண்ணான அத்தினி வகைப் பெண்கள் முதன்மைப்படுத்தப்பட்டு இருக்கலாம் எனக் கருத வாய்ப்பு ஏற்படுகின்றது.

அத்தினி வகைப் பெண்

அகத்தியர் பஞ்ச காவிய நிகண்டில் அத்தினி வகைப் பெண்களின் பெயர்களாக,

வா்ணமாம், புட்பரதி, புட்பகரணி யென்றும்
வசனித்தோம், மாது, பூமாது என்றும்
ஆரணமாம், மயப் பிசாங்கி யென்றும் பேரு
அருளினோம், மதுமடந்தை யென்றும் பேரு
சொா்ணமா, மாதி, ரதியென்றும் பேரு
சோதிரவி மாலியென்று பேரு
கா்ணமாம், புருசாதி யென்றும் பேரு
கருணை பெறச் சொல்லிவிட்டோம், அத்தினியின் பேரே

(பஞ்ச காவிய நிகண்டு, பாடல் 267)

என்ற பாடலில் பத்துப் பெயர்களைப் பதிவு செய்கின்றார். கொக்கோக முனிவரின் அத்தினி வகைப் (ஹஸ்தினி வகை) பெண்ணின் நிறம் மற்றும் உடல்வாகு பக்கம் 55-ல் குறிப்பிடப்பட்டுள்ளது. இவ்வகைப் பெண்களை முனிவா் யானை சாதியின் இலட்சணம் உடையவர்களாகக் கூறுகின்றார்.

உகறிய நடையினா ளாய்ந்து கோடியே
விதறிய நெடுவிரன் மேவு காலினாள்
குதறிய சொல்லினாள் குறுங் கழுத்தினாள்
சிதறிய மெய்மயிா் சோ்ந்த சென்னியாள்
தீவினை தொழில்களே செய்யுஞ் செய்கையாள்

மேவுகற் றாழைபோ னாறு மேனியா

ணாவினி லெரிப்போடு துவர்ப்பு நச்சுவாள்

பாவையர் வெருக்கென வுண்ணும் பண்பினாள்

பருமயிர் நெருங்கியுன் னகன்ற பண்புறு

கரிமத நாறிய வின்ப நீரவறண்

டருமணி மேருநீண் டகன்ற குறியினாள்

பெருமயிர்த் தூலமாய்ப் பிறங்கு மேனியாள்

துடித்துய ரிதழினை டுணிந்து நாணத்தை

விடுத்தவ ளாடவர் மேவு போதெல்லாம்

படித்தகும் பாடெல்லாம் படுத்தும் பண்பினை

ளெடுத்தபேர் அத்தினி யென்னு மங்கையே

(கொக்கோகம், பக்கங்கள் 55-56)

மேலும், கொக்கோக முனிவர் அத்தினி வகைப் பெண் குதிரை சாதி புருசனுக்கு மனைவியாக அமைந்துவிட்டால் இராவணன் மனைவி மண்டோதிரியைப் போல் வாழ்வாள். இந்த அத்தினி வகைப் பெண்களின் உடலமைப்பின் இலக்கணமானது,

"பலிதமென்ற, அத்தினியின் லட்சணத்தைக்கேளு

பன்மை, பெரியோர்கள் சொல்லும் பழமையாலே

அவிதமென்ற, முடி, மயிர், தங்கம் போல் நிறமாம்

அகண்ட மெல்லாம், கோழியென்ற முட்டைச் சவ்வினால்

கவிதமென்ற, கண்ணொளியும், ரவிபோலச் சுந்தரமே

காந்தியிலே, யிது, அதிகம் புருவம் குலவாலாம்

சவிதமென்ற, சந்திரன் தானே, திர நேர்மை

சைத்தனிய, கண்டங்கடைவாய் கோவை எண்னே"

(பஞ்ச காவிய நிகண்டு, பாடல் 983)

என்ற பாடலிலும்,

"கோவைக்கனி, வாயு தரு மேல் கீழாகும்
குருந்த வடை, பரியோம் உருளையாகில்
பாவையிலே, இது அதிக அத்தினி சாதி
பாரிதனில் மானிடரில் பிறவிநீரும்
நாவையிலே, இருகருமவிரல் பத்தாகும்
நட்சத்திரசோதியொளி, நடையிதுவாகும்
ஆவையிலே, அவன் பாதமலர், தாமரைக்கஞ்சது
நடுவில் விளையில்லா, இதழ் பாழாமே"

(பஞ்ச காவிய நிகண்டு, பாடல் 984)

என்ற பாடலிலும்,

"மலராகிய, கரமாகுதல், விரல் கந்தமுமாகில்
மதனப்படுமலர், மல்லிகை நிறமாகுதல் பாரீர்
கலராகிய, வெகுலட்சணமிகு, சுந்தரமாகில்
கவை, பாரித்துடையதனைக் கதலிக் காணுவாழை
அலராகிய, வெகுபாரிது, அழகத்தனையிது தான்
ஆருமறியார்கள், இதனருள் அத்தினி சாதி
வலராகிய, வசியந்தனில், ஞானக் கருமேவும்து
காவிடை, புரியாரிட மகிபூபதி அறியே"

(பஞ்ச காவிய நிகண்டு, பாடல் 985)

என்ற பாடலிலும் மயிரானது பொன் நிறமாக இருக்கும், கண்ணிலே ஒளி அதிகம் காணப்படும், சிவந்த கோவைப்பழம் போன்று வாயும், உதடும் இருக்கும், தாமரைப் போன்ற சிவந்த காலடிகள், மல்லிகைப் பூப்போன்ற மணமிக்க விரல்கள், ஒத்த தொடையானது வாழையைப் போன்று இருக்கும் என்று வரிசைப்படுத்தப்பட்டுள்ளது.

சித்தினி வகைப் பெண்

சித்தினி வகைப் பெண்கள் சிவந்த நிறமுடையவர்கள் என்றும் வைசிய குலப் பெண்கள் என்றும் பஞ்ச காவிய நிகண்டு கூறுகின்றது.

"அறுவதற்கு வைசியத்தி சித்தினி தானாகும்"

(பஞ்ச காவிய நிகண்டு, பாடல் 265, அடி-5)

"நலமான, சித்தினிதான் செம்மை நிறமாகும்"

(பஞ்ச காவிய நிகண்டு, பாடல் 266, அடி-6)

கொக்கோக முனிவர் தம் பாடலில் சித்தினி வகைப் பெண்களின் இலக்கணமாக,

"பிடியெனு நடையினாள் பெண்மை மிக்குளாள்
கொடியென நுடங்கிய கோல மேனியாள்
புடைவன தனத்தினுள் பொற்கு றங்கினாள்
கடிநறை கமழ்தரு கசிந்த நீரினாள்
வலம்புரி கழுத்தினாள் வளர்ச கோரத்தி
நலம்பெறு சொல்லினா ணடன கீதத்தி
னிலங்குறு மனத்தினாளிதழு யர்ந்துளா
டுலங்குறு குறினெடிலற்ற தோற்றத்தாள்
வடமா யகன்றுமேல் வளர்ந்து மேன்மையாய்
விட்டெறி யின்பநீர் மிகுந்து ரோமம்போற்
றட்டினிற் கீரைவித் தென்ன தக்கதாங்
கட்டழல் குறியினாள் கலந்த நோக்கினாள்
புறத்தொழி லின்பத்திற் பொருந்து பண்பினாள்
குறைத்திடு முண்டியாளினிய கொள்ளுவா
ணிறைத்த சித்திரத்துகி னேயம் வைத்துளா
டிறத்த சித்தினியெனச் செப்பு மங்கையே"

(கொக்கோகம், பக்கங்கள் 50-51)

என்ற பாடலில் கடவுளிடத்திலும், குருவினிடத்திலும் தாய் தந்தையரிடத்திலும் எப்போதும் பக்தியுடையவள் என்பன போன்ற இயல்புகளை வரிசைப்படுத்தியிருக்கின்றார்.

பெண்ணின் நிறம் அல்லது வர்ணம் (Varnam)

நிறம் அல்லது வர்ணம் என்பது உடலில் உள்ள தோல் பகுதியில் உள்ள நிறமிகளைப் (Melanin Pigments) பொறுத்தது. இந்த நிறமிகளை அடர்த்தியாக, அடர்த்திக் குறைவாக தோற்றுவிப்பது மரபியல் ஆகும். அதாவது இதனை மரபணு (Gene) தீர்மானிக்கின்றது. உயிரினங்கள், தாவரங்கள், பழங்கள் போன்றவை நிறத்தில் மாறுபாடு அடைவதைப் போல பெண்களிடமும் நிறத்தின் அடிப்படையில் நான்கு இனங்கள் தோன்றியுள்ளன.

ஒரே நிறத்தில் இறைவனால் உருவாக்கப்பட்டப் பெண் எப்படி நான்குவித நிறங்களையும் நான்கு வித உடலமைப்பினையும் பெற்றாள் என்பதை உற்று நோக்கும் போது நவீன பரிணாமக் கொள்கையை உறுதிப்படுத்தும் விதமாக பஞ்ச காவிய நிகண்டில் கருத்துக்கள் இடம்பெற்றுள்ளதை அறிய முடிகின்றது. நான்கு வகையான உருவ மாறுபாடு அல்லது நிறமாறுபாடு என்பது ஒரே பெண்ணிடமிருந்து பரிணாமம் பெற்று சூழல் அடிப்படையில் ஆதி தாய் பிரிக்கப்பட்டு மரபியல் மாற்றம் பெற்று நான்கு இனமாக மாறுபாடு அடைந்திருக்கலாம் என்பதை நவீன பரிணாமக் கொள்கைகள் உறுதிப்படுத்துகின்றது. இதன் சான்றாதாரங்கள் முற்பகுதியில் ஏற்கனவே கூறப்பட்டுள்ளது.

நிகண்டும் சாதியமும்

கணவன் அவனுக்குத் துணைவி என்று படைக்கப்பட்ட குடும்பத்தில் பலவித மரபியல் மாற்றம் ஏற்பட்டு மரபியல் சார்ந்த

குணமான உடல் நிறங்கள் எவ்வாறு தோன்றியது, எந்தக் காலக்கட்டத்தில் இது நிகழ்ந்தது, இதன் காரணி எது என்பது ஆய்வு செய்யப்பட வேண்டியது. அகத்தியரின் காலத்திற்கு முன்பே ஆரியர்கள் வந்து பிரம்மகுலம் உருவாகியதா என்பது கேள்வி. The Hutchinson History of the World by J.M.Roberts 43-வது பக்கத்தில் ஆரியர்கள் கி.மு.1750-ஆம் ஆண்டு இந்துகுசு மலையிலிருந்து இந்தியாவில் நுழைந்துள்ளனர் என்று குறிப்பிடப்பட்டுள்ளது. மேலும் சு.ஊ.ஆயதரஅனயசஇ எழுதிய An Advanced History of India, என்ற புத்தகத்தில் Page.20-ல் கி.மு.1500-ல் ஆரியர்கள் இந்தியா வந்துள்ளனர் என்று குறிப்பிடப்பட்டுள்ளது.

பஞ்ச காவிய நிகண்டு அகத்தியரின் ஐந்து காவியங்களின் குறிப்புகளிலிருந்து தொகுக்கப்பட்டதெனில் நிகண்டில் குறிப்பிடப்பட்ட நான்கு சாதி மக்களும் அகத்தியர் காலத்திலேயே இருந்தது என்பது பொருள். ஆனால் எப்படி ஓர் திராவிட இனத்தைச் சார்ந்த பெண்மணி நான்கு நிறமாக மாறினாள் என்பது கேள்வியாக உள்ளது. இந்த பஞ்ச காவிய நிகண்டினை ஆய்வு செய்யும் போது அகத்தியர் காலத்திலேயே ஆரியர்கள் தமிழகம் வந்து, இங்கு வாழ்ந்து, அவர்களின் குலத்தைச் சார்ந்த பெண்கள் நிறத்தால் அதாவது சூரிய பகவானின் ஒளிக்கற்றை உடலின்மீது படாதவாறு வாழ்ந்ததால் ‘அத்தினி’ வகைப் பெண்களாகிய பிரும்மகுலப் பெண்கள் தோன்றியிருக்கலாம் என நம்ப வாய்ப்பு ஏற்படுகின்றது.

திராவிட இனப் பெண்தான் ‘அத்தினி’ வகைப் பெண்ணா என அறிவியல் பார்வையுடன் ஆய்வு செய்யப்பட வேண்டியது இன்றைய ஆய்வாளருக்கு அவசியமாகின்றது. எனவே அகத்தியர் வாழ்ந்த காலத்திலிருந்தே சாதியம் இருந்தது என்பதை பஞ்ச காவிய நிகண்டு தெளிவுப்படுத்துகின்றது.

சாதி வழி அறியலாகும் ஒழுக்க நெறியும் மரபணு கலப்பின்மையும்

பஞ்ச காவிய நிகண்டு வாயிலாக நான்கு வகை சாதியினரும் தங்களுக்குள்ளே திருமண பந்தத்தை ஏற்படுத்தி தங்களது மரபணு பிற இனச் சாதி பெண் வழியாகச் சென்று மாறிவிடாமல் ஒழுக்க நெறியுடன் அல்லது பிற இனச் சாதிப் பெண்ணுக்கு பிள்ளைப்பேறு கெடாமல் இசைந்து இணைந்து வாழ்ந்தனரா என்பது அறிவியல் ரீதியாக ஆய்வு செய்யப்பட வேண்டியதாக உள்ளது. அகத்தியரின் பஞ்ச காவிய நிகண்டு தோன்றிய காலம் முதல் 19-ஆம் நூற்றாண்டு வரை அத்தினிப் பெண் தனது மரபணுவில் பிற கலப்பு வராமல் வாழ்ந்திருக்க வேண்டும். அதாவது கற்பு நெறியுடன் வாழ்ந்திருக்க வேண்டும் என்று நம்பப்படுகின்றது. ஆனால் 21-ஆம் நூற்றாண்டில் மேலை நாட்டவரின் பண்பாட்டு படையெடுப்பிற்குப் பின் அத்தினி நிறப் பெண்கள் எல்லா சாதியிடமும் தோன்றியுள்ளதை கண்கூடாகக் காண முடிகின்றது.

பஞ்ச காவிய நிகண்டில் குறிப்பிடப்படும் சாதி அடிப்படையில் பெண்களின் நிறம்

பஞ்ச காவிய நிகண்டில் குறிப்பிடப்பட்டுள்ள ஒவ்வொரு சாதியைச் சார்ந்த பெண்களும் ஒவ்வொரு விதமான நிறத்தினை உடையவர்கள் என்று அகத்தியர் குறிப்பிட்டுள்ளார்.

அத்தினி	-	பிரும்ம குலம்	-	வெள்ளை நிறம்
சங்கினி	-	சத்திரிய குலம்	-	மஞ்சள் நிறம்
சித்தினி	-	வைசியர் குலம்	-	சிவந்த நிறம்
பத்மினி	-	சூத்திரர்	-	கருப்பு நிறம்

"காணப்பா, புலத்தியனே, பெண் சாதி நாலும்

கருவறிந்துச் சொல்லுகிறோம் கேளீர்

பேணப்பா, அத்தினி பெண் தான் கேளும்

பேணிப்பார், வெளுமை வர்ணபேதமில்லை

நாணப்பா, சங்கினிதானும் மஞ்சள் நிறமாகும்

நலமான, சித்தினிதான் செம்மை நிறமாகும்

ஆணப்பா, பத்மினி தான் கறுப்பு வர்ணமாகும்

அருளினோம், நால்சாதி வர்ணமிதாமே"

(பஞ்ச காவிய நிகண்டு, பாடல் 266)

என்ற பாடலில் நான்கு வகையான பெண்களின் வண்ணங்கள் குறிப்பிடப்பட்டுள்ளது.

நான்கு வகைப் பெண்களின் கண்கள் பற்றிய செய்தி

அகத்தியர் கி.மு 1500-ல் வாழ்ந்ததாக டெய்லர் எழுதிய இந்திய மருத்துவ வரலாற்றில் குறிப்பிடப்பட்டுள்ளது. கண் மருந்து தொடர்பாக அகத்தியர் இயற்றிய நூல்களில் நயன விதி 500, நாகமுனி நயனவிதி 200 என்ற நூல்கள் மட்டும் தற்போது புத்தகமாகக் கிடைக்கின்றது. இந்நூலில் கண்கோள அமைப்பு, கண்ணின் இயல்பு, கருவிழி அமைப்பு, பார்வை நோய்கள், மாறுகண், மாலைக்கண், வெள்ளெழுத்து போன்ற நோய்கள் பற்றிய குறிப்புகளும் நோய் வராமல் தடுக்கும் முறைகளும் கூறப்பட்டுள்ளது.

கண்களின் அனைத்து இலக்கணங்களையும் அறிந்த அகத்தியர் பெண்களின் கண் அமைப்பு எவ்வாறு அவர்களது சாதிய இயல்புகளை வெளிப்படுத்தி பெண்ணுக்கு அழகு தருகின்றது என்பதை பஞ்ச காவிய நிகண்டில் குறிப்பிட்டுள்ளார்.

கண் என்னும் சொல்

கண் என்னும் சொல்லுக்கு தமிழ் நிகண்டுகள் பல பெயர்களைத் தருகின்றது.

திவாகரம்	சூடாமணி	பிங்கலம்
நயனம்	நயனம்	நயனம்
நேத்திரம்	நேத்திரம்	நேத்திரம்
அக்கம்	அக்கம்	அக்கம்
நாட்டம்	நாட்டம்	நாட்டம்
கோ	கோ	கோ
நோக்கம், நோக்கு	நோக்கம்	நோக்கு
சக்கு	சக்கு	சக்கு
பார்வை	பார்வை	பார்வை
தாரை	தாரை	தாரை
விலோசனம்	விலோசனம்	விலோசனம்
விழி	விழி	விழி
-	அக்கி	-
திருக்கு	திருக்கு	-
திட்டி	திட்டி	திட்டி
திருட்டி	திருட்டி	திருட்டி
அம்பகம்	அம்பகம்	அம்பகம்

இத்தகைய கண்களை அகத்தியர் மனித சாதியினரைக் பற்றிக் குறிப்பிடும்போதும் குறிப்பிட்ட சாதி இன மக்களைப் பிரித்தறிய பயன்படுத்தியுள்ளார். பஞ்ச காவிய நிகண்டில் கண், கண்ணின் புருவம் முதலியவை மானிட சாதியினை வேறுபடுத்தும் அடையாள உறுப்பாகக் கூறப்பட்டுள்ளது.

அகத்தியரின் கண்ணின் பாதுகாப்பு பற்றிய குறிப்புக்கள்

கண் என்பது ஆன்மாவின் சாளரம். இதில் 96 வகையான நோய் வருவதாக அகத்தியர் கூறுகின்றார்.

கண்ணினோய் தானுண்டாகும்
காரணம் இன்னுஞ் சொல்வோர்
பண்ணான மேகத்தாலும்
பகர் வெட்டை வாயுவாலும்
தண்ணான அப்புவாலும்
தனி மலக் கட்டினாலும்
புண்ணான விரணத்தாலும்
பொருந்தின காரத்தாலே

(வைத்திய காவியம் 1500, பாடல் 1100)

என அகத்தியர் தனது வைத்திய காவியம் 1500 என்ற நூலில் கண்களில் வரும் 96 வகை நோய்களையும் அதன் காரணிகளையும் குறிப்பிட்டுள்ளார்.

கண் நோய்க்கு மருந்தாகக் கூறப்படும் பொன்னாங்கண்ணிக்கு எட்டு விதமான பெயர்கள் கூறப்பட்டுள்ளன. அவை இருஞ்சாடு, ஞானப்பூ, சீதேவி, மைசாட்சி, கண்ணுக்கனிமூலி, காளவடித்தழசி, நேத்திரநாசி, மூசி, நிரோவடி, மாதுப்பூடு என கூறப்பட்டுள்ளது (பஞ்ச காவிய நிகண்டு, பாடல் 459). இவ்வாறு பஞ்ச காவிய நிகண்டில் கண்கள் பற்றியும் கண்ணில் வரக்கூடிய நோய்கள் பற்றியும் கூறுகின்றார் அகத்தியர். அதே போன்று பயன்படுத்தப்பட்ட வெள்ளைச்சாரணை வேருக்கு கன்னியாகுமரி, மாமதுரஞ்சம், மும்மூலவஞ்சி, வத்தநடவாறுடம், அம்பை அடந்தம், பூதநாதீதம், புருசக்கரணாதி, செயல்பூடு என்னும் எட்டுப் பெயர்களை வெள்ளைச்சாரணையின் பெயர்களாகக் குறிப்பிடுகின்றார் அகத்தியர்.

பெண்களின் பிரிவுகளும் கண்களின் அமைப்பும்

அகத்தியர் பஞ்ச காவிய நிகண்டில் நான்கு வகைப் பெண்களைக் கூறி அப்பிரிவினரின் கண்களின் இயல்பினையும் விளக்குகின்றார்.

சங்கினி வகைப் பெண்களின் கண்கள்

சங்கினி வகைப் பெண்களின் பிரிவானது மஞ்சள் நிறமுடைய சத்திரிய குலப் பெண்களைக் குறிக்கும் என்று அகத்தியர் இயம்புகின்றார்.

களையான புருவமதின் கருக்குருவி வாலாம்

கடைராச மிளகதுபோல் ஒளிமுக நிறந்தான் மஞ்சள்

(பஞ்ச காவிய நிகண்டு, பாடல் 988, அடிகள் 1-2)

மேலும் பாடல் 987, வரி நான்கில்

நாமென்ற நாவொளி, அரசயிலைபோலாம்

நயன மிருவிழி, செவ்வாலரணை, நகில்களாகில்

(பஞ்ச காவிய நிகண்டு, பாடல் 989, அடிகள் 3-4)

என்ற இப்பாடலில் சங்கினி இனப் பெண்களின் கண்கள் அழகான மஞ்சள் நிற முகத்தில் ‘செவ்வாலரணை’ போல விழிகள் காணப்படும். அதில் புருவம் கருப்பான குருவி வால் போல் நீண்டு இருக்கும் எனக் கூறப்பட்டுள்ளது.

மேலும் சங்கினி வகைப் பெண்களின் விழியை,

உயலோவர் மதியால் வராகிய, உழியோ விழிப்பார்வை

(பஞ்ச காவிய நிகண்டு, பாடல் 1001, அடி 4)

என்று கூறப்பட்டுள்ளது.

“முயலாவது, இடிபோலவும், முதிருமழைமாரிபது மாதிவர்,விழியோ சுழிமஞ்சள் மேல்பாரிது வடமாருவை விழியோ கண்களுமாகில்”

(பஞ்ச காவிய நிகண்டு, பாடல் 1002, அடிகள் 3-4)

மேலும், பாடல் 1004-ல்,

புயலானது, வடபாரிசம் விழியாகிய நேர்மை

புவனங்களின் வருத்தமா, புகழத்தனையாமே

(பஞ்ச காவிய நிகண்டு, பாடல் 1004, அடிகள் 7-8)

இதனை உற்று நோக்கும்போது சத்தினி பெண்களின் கண்கள் பிற இனப் பெண்களிடமிருந்து வேறுபட்டுள்ளது என்பது தெரிய வருகின்றது.

சித்தினி வகுப்பு பெண்களின் கண்கள்

சித்தினி வகுப்பு என்பது வணிகர் இனம் அல்லது வைசியர் இன பெண்ணைக் குறிக்கும் இக்குல பெண்களின் கண்ணின் தன்மையை பாடல் 1014-ல்,

குமிழோ, முகம், விழியோர இக்குண இத்தனை மனமே

(பஞ்ச காவிய நிகண்டு, பாடல் 1014, அடி 8)

என்று அழகான வெள்ளைநிற சித்தினி வகுப்பு பெண்களின் கண் குறிப்பிடப்பட்டுள்ளது. இவ்வரியின் வாயிலாக விழியும் மனநிலையை வெளிக்காட்டும் என்பது தெளிவாகின்றது.மேலும் சித்தினி வகைப் பெண்களைப் பற்றிக் கூறும்போது,

வசனிப்பது, மதுசித்தினி, கை சாடையுமாகில்

வருசிப்பது, மயில்பாசையும் விழிப்பார்வை யுமாகில்

துசனிப்பது, துயிலாடையும், கரநீக்கு வதாகில்

துயரங்களும், விசனங்களும், தோன்று மடராகில்

தசனிப்பது மேல், பார்னர், உதயன, சுழலாகில்
நரமானியறியவர், காணக் குறி நவசித்திரமா
வசனித்ததனை, குணலட்சண இத்தனை மனனே

(பஞ்ச காவிய நிகண்டு, பாடல் 1018)

சித்தினி வகைப் பெண்களின் கண் எனத் தனியாக ஆசிரியர் குறிப்பிடும்போது கண்ணும் மனித இனத்தின் அங்க அடையாள வேறுபாட்டைக் கோடிட்டு மானிட இனத்தைப் பாகுபடுத்தப் பயன்பட்டுள்ளது எனத் தெளிவாகின்றது.

விழியும் மனநிலையை வெளிக்காட்டும் என்பதை ஆங்கிலத்தில் Face is the index of mind என்பர். உணர்ச்சியின்போது, துயரத்தின் போது, மகிழ்ச்சியின் போது, கவலையின் போது, நாணத்தின் போது, துயில் கொள்ளும்போது, தலைவனின் வரவுக்காகக் காத்திருக்கும்போது, மனதில் அலைபாயும்போது கண் மனிதனின் மனநிலையை பிரதிபலிக்கும் கண்ணாடி போன்றது.

அத்தினி வகைப் பெண்களின் கண்கள்

அத்தினி வகைப் பெண்கள் பிரம்மகுலப் பெண்கள். இவர்கள் வெள்ளை நிறமுடையவர்கள். இவர்களைப் பற்றி பஞ்ச காவிய நிகண்டில் பாடல் 981-ல்,

அவிதமென்றமுடி, மயிர், தங்கம் போல் நிறமாம்
அகண்டமெல்லாம் கோழியென்ற முட்டைச் சவ்வினால்
கவிதமென்ற கண்ணொளியும், ரவி போலச்சுந்தரமே
காந்தியிலே, யிது, அதிகம் புருவம் குலவாலாம்
சவிதம் மென்ற சந்திரன் தானே, திர நேர்மை
சைத்தனிய கண்டங் கடைவாய் கோவை எண்ணே

(பஞ்ச காவிய நிகண்டு, பாடல் 981)

அத்தினி என்ற உயர்குல பெண்ணின் உடல்வாகு, முகவாகு பற்றிக் குறிப்பிடும்போது அவளின் கண்களின் மேன்மைப் பற்றி சிறப்பாகக் கூறுவதை இப்பாடல் வெளிப்படுத்துகின்றது. கண்ணில் வெளிப்படும் ஒளியானது சூரியனின் (ரவி) ஒளிபோன்று அழகுடையதாக (சுந்தரம்) உள்ளது. காலைக் கதிரோன் வெளிப்படும்போது வானம் என்ற முகத்தில் வண்ண ஒளியுடன் பிரகாசமாக (ஞரசெளைந) தோன்றுவது போன்று இக்குல பெண்களின் கண் அமைந்துள்ளது. பெண்ணின் கண்ணிற்கு ஒளி உண்டு என்பதை இப்பாடல் வழி அறியலாகின்றது.

நான்கு சாதிப் பெண்களும் பிற பெயர்களும்

நான்கு வகைப் பெண்களில் ஒவ்வொரு வகையினப் பெண்களுக்கும் வெவ்வேறு வகைப் பெயர்களை அகத்தியர் தமது பஞ்ச காவிய நிகண்டில் பதிவு செய்துள்ளார்.

அத்தினி வகைப் பெண் (பாடல் 267)	**சங்கினி வகைப் பெண்**	**சித்தினி வகைப்பெண் (பாடல் 268)**	**பத்மினி வகைப் பெண் (பாடல் 269)**
புட்பரதி	-	சங்கை	நந்தி
புட்பகரணி	-	சத்தி	சாகிரதி
மாது	-	சாதவல்லி	வபடங்கி
பூமாது	-	மாதவல்லி	ஏமதங்கி
மயப் பிசாங்கி	-	அறிவாணி	சீவரத்தினம்
மது மடந்தை	-	புருசரத்தினம்	நராசி
மாதிரதி	-	நலமல்லி	மாசி
சோதிரவி	-	நளின கங்கை	தொண்டத்தி
மாலி	-	பூதக்கன்னிமார்	மண்டத்தி
புருசாதி	-	-	-

அகத்தியர் சாதிவாரியாகப் பெண்ணை குறிப்பிட்டுள்ளது அறிவியல் ரீதியாக ஆய்வு செய்யப்பட வேண்டியதாக உள்ளது. பஞ்ச காவிய நிகண்டில் பாடல் 269-க்குப் பின்பு கடைசிக் காண்டமான எட்டாம் காண்டத்தில் பாடல் 926-ல் மீண்டும் ஆண்-பெண் வர்க்கம் பற்றி குறிப்பு வருகின்றது. இது கடைசிக் காண்டம் என்பதால் மிகவும் தெளிவாகப் பல கருத்துக்கள் கூறப்பட்டுள்ளதாக எண்ணலாம்.

"அமலமெனும், எட்டாவது காண்டம் பாரீர்
அருளான, இலட்சத்தின் உயிரெல்லாந்தான்
நமலமெனும், பாசையென்ற, மறைப்பை யெல்லாங் காண்
நன்றாகப் பார்ப்பவர்க்குச் சொன்னேன், காணே"

(பஞ்ச காவிய நிகண்டு, பாடல் 922, அடி 5-8)

என்ற இப்பாடல் மேற்கூறிய கருத்தைத் தெளிவுறுத்துகின்றது.

"கூறான, அத்தினியின், சங்கினியின் கூறும்
கூரரிய, சித்தினி, பத்மினியின் கூறும்"

(பஞ்ச காவிய நிகண்டு, பாடல் 925, அடி 1-2)

என்று மீண்டும் நான்கு வகைச் சாதியினப் பெண்கள் இருந்ததை உறுதிப்படுத்துகின்றார் அகத்தியர்.

ஷ சாதீயத் தன்மையானது மனிதனைப் பல்வேறு பிரிவுகளாக்கி, வேறுபடுத்திக் காட்டி, வேற்றுமைக்கு வித்திட்டுள்ளதாக எண்ணக்கூடிய அளவிற்கு அகத்திய முனிவரின் பஞ்ச காவிய நிகண்டு வழிவகுப்பது ஆராயப்பட வேண்டியதாக உள்ளது. எனவே அகத்தியர் காலத்திலும் சாதிப் பிரிவு இருந்தன என்பது இங்கு உறுதிப்படுத்தப்படுகின்றது. முழுவளர்ச்சிப் பெற்ற மனிதனில் மட்டுமல்ல, வயிற்றில் வளர்ந்த கருவைக் கூட சாதியின்

அடிப்படையில் உயர்வு, தாழ்வுடன் வேறுபடுத்தியுள்ளனர் என்பது அதிர்ச்சியளிக்கும் வகையில் உள்ளது.

மிகக் கொடுமையானச் செயலாக பஞ்ச காவிய நிகண்டு வழி அறியலாகக் கூடியதாவது, கருவை எடுத்து அதாவது நரபலி கொடுத்தா அல்லது கருவுற்ற பெண் மரணமடைந்த பின்போ அல்லது கருவுற்ற பெண்ணைக் கொன்றா அல்லது பிறமுறைகளைப் பயன்படுத்தி கருவறையிலிருந்து வெளியே எடுத்தார்களா என்பது ஆய்விற்குரியது.

பல்வேறு சாதிக் கருக்களும், கரு மருத்துவமும்

நவீன அறிவியலின்படி ஒரு கரு தோன்றுவது, தோன்றுகின்ற கருவிலுள்ள குணாதிசயங்கள் அனைத்துமே முட்டை மற்றும் ஆண் அணுவில் உள்ள 23 இணை குரோமோசோம்களால் தீர்மானிக்கப்படுகின்றது. இந்த குரோமோசோம்களே கருவினுடைய அனைத்து வேதியியல் பண்புகளையும் தீர்மானிக்கின்றது. ஒவ்வொரு வகைக் கருவிலும் வேறுபட்ட வேதிய உயிர்ப்பொருட்கள் இருப்பதை ஆய்வுகள் வழி அறிய முடிகின்றது. எனவே ஒவ்வொரு வகைச் சாதிக் கருவிலும் உயிர் வேதியியல் பொருட்கள் வேறுபட்டு அமைந்திருக்கும். இந்த உயிர் வேதியியல் பொருட்கள் நிறைந்த கருவைக் கொண்டு மருந்து தயாரிக்கும்போது செயல்படும் தன்மையும் வேறுபடும் என்பது மருத்துவவியலார் கருத்து.

நிகண்டுகளில் வெவ்வேறு வகைச் சாதிப் பிண்டங்களும் வெவ்வேறு வகையிலான மருந்திற்குப் பயன்படுவதை பார்க்கும்போது, இன்றைய அறிவியல் கருத்தை இறை ஞானத்தோடு அகத்தியர் அறிந்திருந்தாரோ என்று எண்ணத் தோன்றுகின்றது. எனவே அதற்காகவே கருப் பிண்டங்களை சாதியின் அடிப்படையில் பிரித்தாரோ என்றும் எண்ணத் தோன்றுகின்றது.

"அடலான நாற்சாதிக் கருவைக்கேளு

அருளினார் முன்னோர்கள், மறைத்த சூட்சம்

பிடவான பிரம்ம குல கருவெடுத்தால்

பல வசிய யோக சக்தி பிண்டத்தாலே

மடலான மாது ஈன்ற தலைச்சனாலே

மாற்று நாற்பத்தெட்டாம் தலைச்சனாகும்

எடவான, சத்திரிய குலத்தில் மாது

விடைச்சனையயா, அவளீன்ற விடைச்சனாமே"

(பஞ்ச காவிய நிகண்டு, பாடல் 22)

என்ற பாடலும்

"கனியான வைசியகுல மாதே, கேளு

கருவாகும் பெண்ணடிதான் பிண்டமாதி

அணியான தலைச்சனவன் ஈன்ற பிண்ட

மது சாதியான பெண்ணுமிரண்டுமாகும்

பேணுவாய், பிண்டத்தால் பல வசியமாகும்

பேரான, மெய்ஞானம் பல வசியமாகும்

வனியான, பிண்டமதே வழலையாதி

மாப்பிண்டமிடித்ததுவே, மாவே பூநீர்"

(பஞ்ச காவிய நிகண்டு, பாடல் 24)

என்ற பாடலும்,

"கருவான சூத்திர குலப் பிண்டத்தாலே

கலைவசிய முத்தி, சித்தி, சித்தனாவார்

கருவான, சூத்திர குல மாது ஈன்ற

கன்னிப் பெண்ணாணாகும், கலக்கமில்லை

கருவான, பெண்ணடிதான் ஆதிமூலம்

கருவான உருவந்த வழலையாதி

கருவான, சூத்திர குலவம்சத்தில்

கருபேதமில்லையப்பா, காணு, காணே"

(பஞ்ச காவிய நிகண்டு, பாடல் 37)

என்ற பாடலும் வசியம் செய்வதற்கு மனிதக் கரு சாதி வாரியாக பயன்படுத்தப்பட்டுள்ளது என்பதை உறுதி செய்கின்றது. கருதோன்றி 48-வது நாள் கருவைப் பயன்படுத்தியுள்ளனர். 48-வது நாள் கருவை சூல்பை ∴ கருவகத்திலிருந்து எடுத்துள்ளனர். ஒரு கருவினுடைய மருத்துவத் தன்மையை கண்டறிய வேண்டுமென்றால் குறைந்தது ஆயிரம் கருவை வைத்து பரிசோதனைச் செய்து பார்த்து முடிவுக்கு வந்து இருப்பர். இதற்குச் சான்றாக, ஆயிரம் பேரை (வேரை) கொன்றவன் அரை வைத்தியன் என்ற பழமொழியைக் கூறலாம். அந்தக் காலக் கட்டத்தில் கருக்கொலை எனும் சமூகச் சீர் கேடு நடைமுறையில் இருந்து வந்துள்ளது என்பதை பஞ்ச காவிய நிகண்டு தெரிவிக்கின்றது.

கருவில் சாதி பார்த்தல்

கருவில் 48-வது நாள் நிரம்பியதை ஆண் கரு என்றும் பெண் கரு என்றும் கண்டறிந்துள்ளது வியப்பாக உள்ளது. இதனை இன்றைய அறிவியல் ஆய்வுகள் உறுதிப்படுத்துகின்றன (Human Embryogenesis, Edited by V.G.Padubidri, Shirish N.Daftary, Howkins & Bourne Shaw's, Textbook of Gynaecology, B.I.Churchill Livingstone). 48 நாட்கள் கருவில் ஆண் கரு தான் உயர்ந்தது, ஆண்

பிண்டத்தால் வசியம் செய்யலாம். 96 வகையான முறைகளில் கருவின் பிண்டத்தைப் பயன்படுத்தலாம் என்பதைக் கூறுவது போல,

"நாமென்ற பெண்ணிடச்ச ஆணுமாகும்

நவிலுவோம், வெகுவசியம் மவுனமாகும்"

(பஞ்ச காவிய நிகண்டு, பாடல் 23, அடி 1-2)

என்று பாடல் 23-ல் கூறப்பட்டாலும் பாடல் 24-ல்,

"கனியான வைசியகுல மாதே, கேளு

கருவாகும் பெண்ணடிதான் பிண்டமாதி

அணியான தலைச்சனவன் ஈன்ற பிண்ட

மது சாதியான பெண்ணுமிரண் டுமாகும்

பேணுவாய், பிண்டத்தால் பல வசியமாகும்

பேரான, மெய்ஞானம் பல வசியமாகும்

வனியான, பிண்டமதே வழலையாதி

மாப்பிண்ட மிடித்ததுவே, மாவே பூநீர்"

(பஞ்ச காவிய நிகண்டு, பாடல் 24)

வைசிய குல சாதிக் கருவில் ஆண், பெண் முதல் குழந்தையாக இருந்தால் இரண்டிலுமிருந்து சாதாரண வசியமை எடுக்கலாம் என்று குறிப்பிடப்பட்டுள்ளது முன்னுக்குப் பின் முரணாக உள்ளது.

பிரம்ம குலத்தைச் சார்ந்த ஆண் பிண்டம் வசியம், யோகம் தரக்கூடிய மருந்து தயார் செய்ய பயன்படுத்தப்பட்டது. பெண் பிண்டம் பயன்படுத்தப்படவில்லை.

ஆனால் வைசியர் குல ஆண் மற்றும் பெண் பிண்டங்கள் வசியம் மட்டும் செய்யப் பயன்படுத்தப்பட்டது என்றும் வைசிய குலப் பெண் பிண்டத்தை இரசவாதத்திற்குப் பயன்படுத்தலாம் என்றும் குறிப்பிட்டுள்ளார் அகத்தியர். கருவின் வயதைக் கணக்கிட சிறப்பான வழிமுறையைக் கடைப்பிடித்துள்ளனர்.

"கருவான சூத்திர குலப் பிண்டத்தாலே
கலைவசிய முத்தி, சித்தி, சித்தனாவார்
கருவான, சூத்திர குல மாது ஈன்ற
கன்னிப் பெண்ணாணாகும், கலக்கமில்லை
கருவான, பெண்ணடிதான் ஆதிமூலம்
கருவான உருவந்த வழலையாதி
கருவான, சூத்திர குலவம்சத்தில்
கருபேதமிலலையப்பா, காணு, காணே"

(பஞ்ச காவிய நிகண்டு பாடல் 37)

என்ற பாடலில் சூத்திரக் குலப் பெண்ணின் கருவால் முத்தி, சித்தி என்பன ஏற்படும் என்று விளக்குகின்றார் அகத்தியர்.

திருமணப் பொருத்தம்

சாதி இன வேறுபாடு மாறாமல் பல ஆண்டுகளாக திருமணம் என்ற உறவு முறையானது நிலைப்பெற்று வருவதற்கு காரணம், தமிழ் முனிவர்கள் ஒவ்வொரு வகை மனித இனத்திற்கும் பொருத்தமான பெண்ணினத்தை அடையாளம் காட்டி, அது இன்று வரை திருமணப் பொருத்தம் என்ற பெயரில் வழக்காக இருக்கின்றது என்று ஆராய வழி ஏற்படுகின்றது. சாதியம் என்ற முறையானது தலைமுறை தலைமுறையாக இன்று வரை நிலைப்பெற்றுள்ளது.

முடிவுகள்

இன்றையக் காலக்கட்டத்தில் அகத்தியரின் நூல்களில் உள்ள ஆண்கள், பெண்கள், அவர்களிடம் காணப்பட்ட உறவு முறைகள், நற்பண்புகள், பஞ்ச காவிய நிகண்டு வாயிலாக அறிய முடிகின்றது. உலகளாவிய அளவில் திருமணங்கள் கேலிப்பொருளாகச் சித்தரிக்கப்படும் பொழுது, தொன்றுதொட்டு வரும் தமிழரின்

திருமணமானது உயர்வாகக் கருதப்படுவதற்கும் மரபியல் பரிமாற்றம் ஏற்படாமல் இருப்பதற்கும் இதுதான் காரணமோ என்று இவ்வாய்வின் வழியாக எண்ணத் தோன்றுகின்றது.

இக்குறிப்புகளை ஆய்வு செய்த போது நான்கு வகையான ஆண் இனங்கள், பிரம்மர்குலம், வைசியர்லம், சத்திரியர் குலம் மற்றும் சூத்திரர் குலம் பற்றிய குறிப்புக்கள் உள்ளது. அகத்தியரின் காலகட்டத்திலேயே தொழிலின் அடிப்படையிலும், அதன்பின் வண்ணங்களின் அடிப்படையிலும் நான்கு வகையான சாதி புருசர்கள் வாழ்ந்துள்ளனர் என்பதை அறிய முடிகிறது.பாடல் 16 மற்றும் 21-இல் நான்கு திசை மனிதர்கள் இருந்தனர் என்ற கருத்தை ஆசிரியர் குறிப்பிட்டுள்ளார். மேலும், நான்கு திசை மனிதர்களின் குணவியல்பையும் குறிப்பிடும்போது, அகத்தியர் வாழ்ந்ததாகக் கூறப்படும் தென் பொதிகை அல்லது தென்பகுதி அல்லது தென்திசை மனிதன் வாழ்ந்த பகுதியைக் குறிப்பிடும் போது,

கள்ளரப்பா தெற்கிலுள்ள மனிதரெல்லாம்
கன புளுகு, பொய்சூது கபடரைய்யா
கள்ளரைத்தான் சேர்த்தாயானால் கொல்லுவார்பார்

(பஞ்ச காவிய நிகண்டு பாடல் எண் 16, அடிகள் 1-3)

இப்பாடலின் மூலம் தென்பகுதி மக்களின் குணாதிசயங்களை கூறி, அவர்கள் பிறரது நூல்களிலிருந்து அறிவுப் படைப்புக்களைத் திருடி தன் பெயரை வைத்து விடுவர் என கூறுவதிலிருந்து அகத்தியர் இப்படிப்பட்ட அறிவு திருடும் மனித சாதியிடம் பலமுறை அனுபவபட்டு இருப்பார் என்பது தெரிகிறது. எனவே, தன் மாணவர் புலத்தியருக்கு இந்த நிகண்டு கூறும் நூலை எல்லா இடமும் கொடுக்க வேண்டாம்.அந்த கள்ளர் இனத்தில் கோடியில் ஒருவன்,

“கருவாளி, தரும புத்திரன், புண்ணியசாலி”

(பஞ்ச காவிய நிகண்டு பாடல் எண் 16, அடி 6)

அவனை பனிரெண்டு வருடம்சோதனை செய்தபின் சீடனாக ஏற்று, பாடலைக் கொடு எனக் கூறியிருப்பது அகத்தியரின் உளவியல் பார்வை பற்றிய அறிவைக் காட்டுகின்றது. இதைப்போல் வடதிசையில் வாழும் மனிதரை பற்றிக் கூறும்போது,

"சோதித்தால் வடக்கிலுள்ள மனிதரெல்லாம்
சூது கள்ளங்களவுமே, மெத்தக் கழுத்தறுப்பாரையா"

(பஞ்ச காவிய நிகண்டு, பாடல் 17, அடிகள் 1-2)

இவர்களில் கோடியில் ஒருவன் தருமப்புத்திரன், தொழிலாளி, புத்திசாலியாக இருப்பான் என வடதிசை மனிதர்களைப் பற்றியக் குறிப்பு காணப்படுகிறது.

பண்டையத் தமிழகம் இன்றைய இந்தியாவின் தென்பகுதி தமிழ்நாடு, கேரளா, ஆந்திரா மற்றும் கர்நாடகா இணைந்ததாக இருந்து இருக்க வேண்டும். இதை கீழ்க்கண்ட பாடல் ஆதாரமாக அமைந்துள்ளது. பாடல் 18-ல்

"அவரான மேற்கு திசை மனிதர் தானும்
அருளினோம் சூது கள்ளம் கபடோயில்லை
அவரான மனிதரெல்லாம் பேதை மாண்பர்
அனைவருக்கும் ஈவிரக்கந் தயாளமாமே"

(பஞ்ச காவிய நிகண்டு, பாடல் 18, அடிகள் 4-8)

என்றும் இம்மேற்பகுதி தான்,

"தரணியிலே அதிகமேற்கு இராச்சியந்தான்'
தருவான, மனிதருக்கு அறிவிருந்தால்
தயாளமென்ற, வெகுசித்தர் தேறுவார்கள்,
தான்தேறும் கன்னடியர் அநேகம் பேர்கள்"

(பஞ்ச காவிய நிகண்டு, பாடல் 19, அடிகள் 2-5)

கிழக்கு திசை மனிதர்கள் அறிவுடையவர்கள் என்பதை பாடல் 20-இல் கூறுகிறார் அகத்தியர்.

“வெல்லுவாய் கிழக்கு திசை மனிதரெல்லாம்

வெகுகல்வி அறிவுடையோர், விவேக முள்ளோர்

தல்லுவாய், தானதர்மம், புண்ணியம் செய்வோர்

சமீப தேவதைக்கு வணக்கம் செய்வோர்”

(பஞ்ச காவிய நிகண்டு, பாடல் 20, அடிகள் 3-6)

இவர்களில் ஆயிரத்தில் ஒருவர் பரிபாசையை அறியும் ஞானமுடையவர் எனக் கூறுகிறார்.

அகத்தியரின் ஆழ்ந்த, அகன்ற, பரந்து விரிந்த பயணம் மற்றும் மானிடர்களை சந்தித்து தெரிந்து கொண்டு, அறிந்த அடிப்படையில் நான்கு திசை மனிதர் பற்றி கூறுவது மிகவும் வியப்பாக உள்ளது. இதன்பின் நான்கு வகை அதாவது பிரம்ம குலக்கரு,வைசியர் குலக்கரு என பாடல்கள் 21 முதல் 35 வரை கூறுவது மனிதனில் சாதிய அமைப்பு இருந்தது என்பது தெரிகின்றது. அதாவது கி.மு.6 அல்லது 7-ஆம் நூற்றாண்டிலேயே (அகத்தியரின் காலத்திலேயே) இருந்தது என்பது புலனாகிறது.

மற்றைய பாடல்களை ஆய்வு செய்யும் போது நான்கு திசைகளும் (பாடல் 248 முதல் 253 வரை) வட பூமி, தென் பூமி மற்றும் கீழ் பூமி அதன் மண் அமைப்பின் வேறுபாடு பற்றி எடுத்துக் கூறுவது உலகின் நான்கு திசைகளை குறிப்பிடுவதாக தோன்றினாலும் இது தென் இந்தியாவின் 4 திசையைத் தான் குறிப்பிடுகின்றது என்பதையும் அறிய முடிகின்றது.

பெண்களின் நிறம் உடல் வாகு அடிப்படையில் நான்கு இன பெண்கள் பற்றிய குறிப்பு உள்ளது. அதாவது அத்தினி, மத்தினி, சித்தினி சத்தினி, பத்மினி மற்றும் சங்கினி (பாடல் 949). இந்த

நான்கு வகைப் பெண்களின் குணம் மற்றும் உடல் அமைப்பு பற்றி கூறி நான்கு வகை மனிதர்களும் தங்களுக்கு ஒத்துவரும் ஆண்சாதிகளுடன் இணைந்து குடும்பத்தை ஏற்படுத்தினர் என்பதிலிருந்து அன்று கூட சாதி வேறுபாடுள்ளது என்பது தெரிய வருகிறது.